Trương Vũ

Đuổi Bóng Hoàng Hôn

TRƯƠNG VŨ

ĐUỔI BÓNG HOÀNG HÔN

TIỂU LUẬN

NHÀ XUẤT BẢN NHÂN ẢNH
2019

ĐUỔI BÓNG HOÀNG HÔN

Tuyển tập tiểu luận của Trương Vũ

Tranh bìa của tác giả

Trình bày: Nguyễn Đồng & Nguyễn Thị Hợp

Kỹ thuật: Lê Hân & Tạ Quốc Quang

Biên tập: Trần Thị Nguyệt Mai

Nhà xuất bản Nhân Ảnh Hoa Kỳ, 2019

ISBN: 9781927781760

Mục Lục

THAY LỜI TỰA

Mượn hình ảnh từ hai câu thơ của Thôi Hiệu trong bài Hoàng Hạc Lâu do Tản Đà dịch, tôi lấy tựa đề ĐUỔI BÓNG HOÀNG HÔN cho tuyển tập này:

Quê hương khuất bóng hoàng hôn
Trên sông khói sóng cho buồn lòng ai
(Nhật mộ hương quan hà xứ thị
Yên ba giang thượng sử nhân sầu)

Hầu hết những bài viết trong tuyển tập đã được đăng tải trên các tạp chí giấy và mạng như Văn Học, Hợp Lưu, Văn, Tiền Vệ, Da Màu, Tương Tri, hay các diễn đàn internet như Talawas, Trang VHNT Phạm Cao Hoàng, Phố Văn, Trần Thị Nguyệt Mai… Phần lớn được viết dưới dạng tiểu luận. Số còn lại là tạp bút. Tuy nhiên, để đơn giản hóa, tôi dùng chữ Tiểu Luận cho cả tuyển tập. Tôi chân thành cám ơn những người chủ trương các địa chỉ văn học nói trên và những bạn bè trong giới cầm bút. Chính tài năng, niềm đam mê của họ và tình thân dành cho tôi đã ít nhiều thôi thúc tôi dấn mình vào lãnh vực này. Dĩ nhiên, sự kiên nhẫn và khích lệ của những người thân yêu trong gia đình cũng là những đóng góp không nhỏ.

Tuyển tập có thể không ra mắt được như độc giả đang có nó trong tay nếu không có sự cổ vũ và góp sức của những bạn trẻ của tôi như Trần Thị Nguyệt Mai, Phạm Cao Hoàng, Duyên và Nguyễn Minh Nữu.

Sau cùng, tác giả xin cám ơn anh chị họa sĩ Nguyễn Đồng, Nguyễn Thị Hợp và nhà xuất bản Nhân Ảnh đã giúp thực hiện cuốn sách như tác giả mong đợi.

TRƯƠNG VŨ

Maryland, tháng 3 năm 2019

ĐÊM ĐẠI DƯƠNG

Cách đây 39 năm, tôi rời Việt Nam trên một chiếc ghe đánh cá nhỏ, cùng với bốn bạn đồng hành khác. Chúng tôi thay phiên nhau lái ghe, từ Nha Trang vượt đại dương nhắm hướng Manila, Phi Luật Tân. Không một ai trong chúng tôi có kinh nghiệm hay hiểu biết về hải hành. Một đêm, không trăng, sóng lớn, đang lái ghe tôi chợt nhớ đến một bài thơ của Victor Hugo, bài Oceano Nox (Đêm Đại Dương), mở đầu bằng những câu tạm dịch như thế này: "*Có biết bao thủy thủ, có biết bao thuyền trưởng, vui vẻ hăm hở lao mình vào các chuyến viễn du, có biết bao nhiêu người trong số đó, do định mệnh nghiệt ngã, mất hút theo chân trời mờ nhạt, tan biến vào lòng đại dương không đáy, trong một đêm không trăng...*" Khi còn đi học, nét bi hùng của bài thơ gây cho tôi nhiều xúc động. Vào lúc này, chơi vơi trên biển cả, không là thủy thủ, không là thuyền trưởng, trong lo sợ, trong sự cảm nhận sâu sắc thân phận nhỏ nhoi mong manh của mình giữa đại dương bao la, tôi càng xúc động hơn. May mắn, chúng tôi đến được Manila an toàn. Ghe chúng tôi là một trong những chiếc đầu tiên đến được Manila sau biến cố 1975.

Những ngày kế tiếp, những năm tháng kế tiếp, hơn một triệu đồng bào lần lượt lao mình vào đại dương. Từ hai trăm đến bốn trăm ngàn trong số đó không bao giờ đến nơi, không bao giờ trở về. Nhớ lại bài Oceano Nox của Victor Hugo, tôi không còn chút xúc động nào nữa. Cái bi hùng trong Oceano Nox không nghĩa lý gì với những thảm kịch kinh hoàng đồng bào tôi đang trải qua trên đại dương. Đói khát, tuyệt vọng, cướp bóc, hãm hiếp, giết người, bắt cóc, chìm tàu, và trong vài trường hợp, phải ăn cả thịt người để tồn tại.

Như đã kể trong một bài viết đã đăng vài năm trước đây, tôi có một người bạn trẻ, vào giữa thập niên 1990 tình nguyện làm việc trong một bệnh viện tâm thần ở Boston và tại một số tư gia do cơ quan tỵ nạn địa phương bảo trợ. Bệnh nhân của anh thuộc nhiều thành phần người Việt khác nhau, tuổi từ 15 đến 70. Ở đây, có những người đàn bà điên loạn sau khi trải qua những nỗi đau kinh hoàng trên biển, mất chồng, mất con, bị hãm hiếp... Ở đây, có những đứa trẻ mới trước đó sống êm ấm với gia đình bỗng chứng kiến những cảnh hãi hùng, rồi vụt cái, mất cha, mất mẹ, mất anh em, rồi ngơ ngơ ngác ngác trong một xã hội hoàn toàn xa lạ. Ở đây, có những người qua tuổi trung niên hoàn toàn mất định hướng, không đương đầu nổi với những đổi thay quá lớn, quá nhanh về hoàn cảnh, văn hóa, ngôn ngữ, xã hội. Ở đây, có những thanh niên mắc các loại bệnh về ảo giác, lúc nào cũng trông thấy những hình ảnh kỳ lạ, nghe những âm thanh ma quái luôn thúc giục mình làm những điều không phải, v.v... Anh cho biết chỉ có khoảng 25% trong số bệnh nhân này hồi phục, có thể tiếp tục đời sống tương đối bình thường như nhiều đồng bào khác của họ. Những người còn lại, đa số không chữa trị được. Đời sống của họ như thế nào qua từng tháng ngày trong khu bệnh viện tâm thần, cho đến những giờ cuối cùng của đời họ, ít ai biết. Ngoài ra, còn biết bao thảm kịch khác, mà mỗi người trong chúng ta, hoặc đã chứng kiến, hoặc nghe kể lại. Nhưng, cái thảm kịch lớn nhất vẫn là cái thảm kịch của một dân tộc mà những người làm chính trị đã khiến người dân bình thường sợ họ hơn sợ nỗi chết. Đó cũng là thảm kịch của một đất nước mà quân đội luôn luôn vinh danh về sự hùng mạnh, về những chiến thắng trên trận mạc, nhưng hoặc bất lực, hoặc cố tình làm ngơ trước những cướp bóc, hãm hiếp, giết người man rợ của bọn cướp biển ngoại nhân chỉ có vũ khí thô sơ, dù rằng chiến tranh đã chấm dứt, dù rằng nạn nhân là những con người vô tội hầu hết không hề cầm súng, và họ cũng là những người được sinh ra từ trăm trứng của mẹ mình.

Bốn mươi năm đã trôi qua từ ngày chiến tranh chấm dứt trên quê hương. Gần ba mươi năm đã trôi qua từ lúc những chiếc ghe cuối cùng của thuyền nhân Việt Nam chìm sâu trong lòng đại dương. Hồi tưởng lại thảm kịch đó để thắp một nén nhang cho những người đã khuất, để nguyện cầu sự siêu thoát cho những oan hồn trên biển Đông. Và, cũng là lúc để mỗi người Việt Nam tự chiêm nghiệm về chính mình, về những gì đã làm, những gì đã không làm, những gì lẽ ra không nên làm. Quan trọng hơn hết, để thực sự dấn mình vào những nỗ lực của cá nhân và tập thể cần phải có cho thế hệ này, và cho những thế hệ kế tiếp. Để xã hội nhân bản hơn, tôn trọng những quyền căn bản của con người hơn, và để người dân có tự do, có cơ hội sống một đời có phẩm cách, như trong bao nhiêu quốc gia tiến bộ khác. Chỉ có như thế, cái thảm kịch như từng xảy ra trên biển đông sau 1975 sẽ không còn xảy ra cho dân tộc Việt Nam trong tương lai nữa.

California, tháng 4 năm 2015

Những Cơn Mưa Ngày Cũ

Tôi sống ở Mỹ đã hơn 35 năm, hơn nửa đời người. Tôi yêu cây cỏ vùng tôi ở, miền đông bắc Hoa Kỳ, nhất là màu sắc của cây khi trời bắt đầu vào thu. Những năm sau này tôi thường vẽ cảnh thu ở đây. Cảnh nắng trên đồi, cảnh lá vàng trong rừng, cảnh thung lũng trong mù sương... Càng vẽ tôi càng khám phá những thay đổi của màu sắc, của tính cách, của ấn tượng, theo từng khoảnh khắc, như cỏ cây có linh hồn cuốn hút tôi vào đó. Vùng này thỉnh thoảng có mưa, nhưng mưa ở đây không để lại trong tôi những cảm giác đặc biệt để đi xa phải nhớ.

Tôi nhớ những cơn mưa ở Việt Nam, Nha Trang hay Sài Gòn. Mưa Sài Gòn thường đến ào một cái rồi ngưng. Mưa Nha Trang kéo dài lâu hơn, nhiều khi dầm dề, và cái cảm giác ướt át lành lạnh nó để lại thường dai dẳng. Tôi nhớ những buổi tối, ở xa về, tôi lang thang trên bãi biển dưới mưa, nhiều đêm mưa tầm tã vẫn không muốn về. Tôi nhớ những ngày còn ở trung học, ngồi trên thềm nhà đọc sách, nước mưa rơi xuống từ mái hiên, thỉnh thoảng những giọt mưa tạt nhẹ vào người. Tôi nhớ những đêm mưa dạy học trong một lớp luyện thi. Học trò từ nhiều trường khác nhau, Lê Quý Đôn, Võ Tánh, Nữ Trung Học,... Lớp học mượn của đình Phương Câu, trống một bên. Khi gió lớn, cả thầy lẫn trò đều ướt. Bốn mươi lăm năm đã qua rồi, tôi vẫn còn nhớ rất rõ nét mặt một số học trò trong lớp đó. Tôi còn cảm nhận được cái lành lạnh của nước và mường tượng âm vang tiếng cười giòn của các em khi cố lách mình tránh mưa. Tôi cũng nhớ những đêm mưa, lái xe chở các con trên một mini-truck có mui, chạy dọc theo đường Duy Tân. Vào những khúc vắng người và có nhiều vũng nước, tôi cho xe chạy nhanh làm nước bắn tung tóe, để nghe tiếng cười rú của mấy đứa nhỏ.

Đi xa, tôi nhớ những cơn mưa ngày cũ. Mỗi cơn mưa tồn tại trong tâm tưởng mang theo với nó một kỷ niệm, đánh dấu từng khoảng đời. Rất nhiều kỷ niệm đã giúp tôi trưởng thành. Không phải trưởng thành trong cái nghĩa chồng chất thêm tuổi tác, mà trong cái nghĩa hài hòa với cuộc đời. Dĩ nhiên không phải chỉ có kỷ niệm từ những cơn mưa giúp tôi trưởng thành. Cũng như với biết bao người khác, có rất nhiều thứ trong đời sống đã đóng góp vào đó. Có những tình nghĩa hay những cái chỉ vụt đến, chỉ trong một khoảnh khắc bất chợt, nhưng vẫn để lại ấn tượng sâu đậm, giúp mình lớn khôn hơn. Tôi viết ra đây vài kinh nghiệm riêng tư, những kinh nghiệm mà mỗi lần nghĩ đến, luôn cảm thấy mát lạnh, như cảm giác có được từ những cơn mưa ngày nào. Tôi viết ra không như một hồi tưởng, mà như một lời cảm ơn những cái đẹp mà cuộc đời đã mang lại. Đặc biệt, cuộc đời thầy giáo khi còn ở quê nhà.

Tôi dạy học từ rất sớm. Bắt đầu dạy trung học khi mới qua tuổi hai mươi. Chỉ là một anh nhóc con, từ kiến thức đến cung cách, thoải mái với cuộc sống và thương ghét một cách thường tình. Tuy nhiên, nghề dạy học, với thêm chút tự phụ, dần biến tôi thành một người "mô phạm" trong cái nghĩa "nghiêm túc và nghiêm khắc". Sau này lên dạy đại học, tôi càng trở nên nghiêm khắc hơn với học trò mình, với nhiều người xung quanh nhưng lại ít nghiêm khắc với chính mình hơn. Cho đến khi, vào những giây phút thật bất ngờ, tôi nhận ra và thấy thấm thía về những gì đã đánh mất hay đã không có.

Khoảng đầu năm 1974, tôi có mời nhà thơ Huy Tưởng đến thuyết trình về thi ca ở Trung tâm Sinh hoạt Sinh viên, số 4 Yersin. Một số sinh viên giúp tôi tổ chức buổi thuyết trình đó, đắc lực nhất là Trần Thị Thanh Thủy, Nguyễn Văn An, Nguyễn Ngọc Nam và Phan Công Chinh (PCC). Đây là những sinh viên, xuất thân từ Võ Tánh và Nữ Trung Học, rất có khả năng tổ chức, thích hoạt động, yêu văn học, âm nhạc, nghệ thuật, mà nếu không có họ những sinh hoạt thường xuyên khác ở Duyên Hải trở nên tẻ nhạt. Buổi thuyết trình tối hôm đó có rất đông sinh viên tham dự. Khi được báo tin Viện trưởng cùng một số giáo sư và quan khách cũng sẽ đến dự, như một phản ứng tự nhiên, tôi yêu cầu một số sinh viên đang đứng gần ra xếp hàng nghiêm chỉnh chào đón họ. Bất ngờ, PCC đến gần tôi, nói nhỏ, chậm rãi: "Thưa thầy, cái này không hợp với tinh thần thi ca". Lúc đó, trời tốt và còn nóng, tôi vẫn cảm giác như vừa hứng lấy những giọt mưa lạnh, thật lạnh. Tôi tỉnh người ra, bỏ chuyện đón tiếp đó. Hôm đó, bài nói chuyện mang tính hàn lâm chỉ chừng mực, nhưng phần đọc thơ, ngâm thơ của Huy Tưởng và một số sinh viên, hợp với sự đam mê về thi ca của họ, lôi cuốn mọi người.

Ngày tháng qua đi, chuyện học hành cùng những sinh hoạt tất bật tiếp tục chiếm hết thời giờ của cả thầy lẫn trò trong ngôi trường đại học nhỏ bé đó. Tất cả dồn vào chuyện tương lai của mình, của trường. Cho đến một ngày, những biến cố ngoài trường học bỗng bất ngờ ập đến, đập mạnh vào đời sống, vào tâm tư mỗi con người ở đó. Mạnh như bão táp. Những tính toán về tương lai của học trò tôi, của chính tôi, bỗng trở thành ảo tưởng. Phía trước mù mịt. Lúc đó tôi mới qua tuổi ba mươi không lâu, đang rất năng nổ bỗng trở nên mất tự tin, trở nên e dè, ngỡ ngàng, lúng túng. Và, cố gắng "khôn ngoan" như một người đã trải qua bao thăng trầm, bị vùi dập biết bao lần trong đời, để không dám sống thật với mình. Một hôm đang đứng lớ ngớ trong sân trường, một sinh viên lớp Sư phạm Toán của tôi, Nguyễn Văn Vinh (NVV), bước đến nhìn thẳng vào tôi một lúc rồi nói, đại khái là: "Tại sao trước đây thầy như vậy mà bây giờ thầy lại như vậy?" Hôm đó, cũng trời đẹp, cũng cái nóng thường tình của Nha Trang, tôi vẫn có cảm giác hứng những giọt mưa lạnh và lần này, là những giọt rất lạnh của những cơn mưa dầm dề vào tháng Mười ta.

Vài tháng sau, tôi dạy bài cuối cùng trong cuộc đời thầy giáo ở Việt Nam. Tôi nhớ rõ lắm. Đó là một bài về giải tích số tạp (complex analysis), thuộc môn tôi phụ trách ở lớp Sư Phạm Toán. Lúc đó, tôi đã chuẩn bị rời Việt Nam nhưng cố gắng giữ thái độ bình thản như không có gì xảy ra. Học trò tôi, trong lòng đang rất chao đảo khi nghĩ về tương lai mình, cũng cố chăm chỉ ngồi nghe làm như không có gì khác quan trọng hơn. Mà ngoài kia, ngoài lớp học, những cái đang xảy ra, ảnh hưởng mạnh đến đời sống mỗi đứa thì nhiều vô kể. Lớp học lặng lẽ cho đến khi có một sinh viên, Vĩnh Như, đứng dậy đặt một câu hỏi khó. Ngày nay, mỗi lần nghĩ lại, tôi hãnh diện và thương các học trò tôi vô cùng.

Vài tuần sau, một buổi sáng mưa lất phất, ngồi trên một chiếc ghe đánh cá nhỏ, tôi nhìn lại bờ biển Nha Trang, nhìn những nhà tranh dọc theo xóm Cồn. Tất cả nhỏ dần. Quê hương! Chỉ còn những bóng mờ.

Mười năm sau, tôi đoàn tụ với gia đình, ở Mỹ. Mười lăm năm sau nữa, vợ chồng tôi về thăm Việt Nam. Có hai người ra đón chúng tôi ở phi trường Tân Sơn Nhất. Một đứa em vợ tôi và PCC. Chinh vẫn giữ cách nói năng và xưng hô với tôi như ngày nào. Về khách sạn, lúc đó đã nửa khuya, trời mưa nhè nhẹ, tôi với Chinh lên quán nước trên sân thượng ngồi uống bia, nhìn xuống những hoạt cảnh về đêm trên đường Nguyễn Huệ. Hai mươi lăm năm trước, dù học xong sư phạm nhưng vì ba đi cải tạo, Chinh không được đi dạy. Chinh đã làm rất nhiều nghề, kể cả làm rẫy, để sinh nhai. Lúc gia đình tôi còn ở lại Việt Nam, lâu lâu Chinh ghé thăm, ở vài hôm, chơi với các con tôi như một người anh cả trong nhà. Thỉnh thoảng, Chinh tụ tập một ít bạn bè cũ tại đó, vui đùa, ca hát. Sau vài năm ở Nha Trang, Chinh bỏ vào Sài Gòn. Từ tay không, từ một đời sống gần như không nhà không cửa, Chinh gầy dựng lại tương lai. Vừa làm, vừa học. Giờ đây, Chinh là một giảng viên đại học ở Sài Gòn. Hôm đó và mãi sau này, chúng tôi không nhắc gì đến câu nói của Chinh vào một tối năm xưa, trong buổi thuyết trình của Huy Tưởng. Chúng tôi hỏi thăm từng người thân trong gia đình rồi hẹn đến thăm nhà Chinh vào hôm sau. Chinh không biết câu nói đó đã ảnh hưởng đến niềm đam mê của tôi về thi ca như thế nào. Ngày nay, bên cạnh kiến thức, Chinh là một thầy giáo với những kinh nghiệm về đời sống, với ý chí phấn đấu, với tính nhẫn nại, tính thẳng thắn và lòng trung thực, rất cần có ở trường học. Với thầy giáo, khả năng chuyển giao tri thức chỉ quan trọng có một nửa thôi. Chinh đã tạo được cho mình, trong hoàn cảnh vô cùng khó khăn dễ khiến người ta bỏ cuộc, những thứ mà tôi có rất ít khi rời Việt Nam trong đời dạy học của mình.

Vài hôm sau, trong chuyến về thăm đó, chúng tôi ra Nha Trang. Một đồng nghiệp cũ của tôi, thầy Trần Đăng Nhơn, tổ chức một buổi gặp gỡ với các cựu sinh viên Duyên Hải tại nhà hàng Ban Mê. Tối hôm đó, tôi gặp lại hơn một trăm học trò cũ, nhiều em tóc bạc hơn tôi. Sau một bài nói chuyện có tính tâm tình, rất cảm động, của Nguyễn Thị Nga, tôi thấy NNV lên cầm micro. Em mở đầu bằng câu: “Hai mươi lăm năm trước, em có lỗi với thầy…” Tôi xúc động. Sau đó, tôi cũng cầm micro nói chuyện với các em. Về lời xin lỗi của Vinh, tôi có nói là thầy giáo phải có bổn phận khuyến khích học trò mình nói thật và hãnh diện khi các em làm điều đó. Phải nói lên những suy nghĩ rất thật của mình, đúng sai không quan trọng lắm. Riêng về câu nói của Vinh năm nào, tự thâm tâm, lúc đó và cả bây giờ, tôi biết em nói đúng, rất đúng. Ngày nay, Vinh cũng là một thầy giáo dạy môn Toán. Tôi mừng cho học trò của Vinh.

Trong chuyến về thăm đó, ngoài cuộc gặp gỡ ở Ban Mê, tôi cũng có gặp lại nhiều học trò khác, học tôi ở trung hay đại học. Tất cả đã giúp tôi cảm nhận sâu đậm niềm hạnh phúc tôi có được do những ngày tháng sống với trường học. Có những em đã trở thành thầy, cô giáo của các con tôi trước khi các cháu sang đoàn tụ với tôi ở Mỹ. Như Liên Ba hay Nguyễn Thị Song. Liên Ba đã dạy dỗ các con tôi tận tình, và thường xuyên đến nhà, chia sẻ vui buồn với gia đình tôi trong những ngày lao đao nhất. Ở Mỹ, khi được tin tức bên nhà, cho biết Liên Ba đang dạy mấy cháu, tôi nhớ đến một bài thơ trên hộp bánh LU ngày tôi còn bé. Bánh của Pháp nhưng lại có in một bài thơ tiếng Việt trên hộp, rất "vè" nhưng dễ thương:

Năm xưa khi còn bé
Mua bánh LU tặng thầy
Năm nay được làm thầy
Con thầy tặng gấp đôi

Tôi liền kiếm mua ít bánh LU và viết vài dòng cho LB, kèm trong thùng quà gởi về gia đình nhờ đưa lại LB. Bánh LU ở Mỹ không có bài thơ Việt, trong thư tôi viết lại bài thơ trên cho LB đọc.

Viết đến đây, tôi không thể không nhắc đến một khuôn mặt rất trong sáng đã để lại nhiều ấn tượng sâu đậm nơi tôi. Tôi muốn nhắc đến Dương Thái Đức (TĐ). Những ngày trước tháng 4/1975, rất nhiều đồng bào chạy nạn đổ dồn về Nha Trang. TĐ đã động viên cả gia đình tích cực giúp tôi trong các công tác cứu trợ. Sau này, TĐ lập gia đình với Trần Văn Điều, sinh viên của tôi ở SP Toán. TĐ thường đến thăm gia đình tôi trong suốt thời gian gia đình còn ở Việt Nam. Trong chuyến về thăm nói trên, suốt gần hai tuần lễ ở Nha Trang, gần như ngày nào vợ chồng TĐ cũng đến thăm hoặc đi chơi với chúng tôi. Về lại Mỹ sau chuyến đi đó được vài năm, một hôm, tôi được tin TĐ qua đời trong một ca giải phẫu. Em được chôn trong vườn của gia đình, phía sau căn nhà nhỏ của hai vợ chồng. Tôi cảm giác như có một người thân trong gia đình ra đi.

Như đã nói ở trên, tôi sống ở Mỹ hơn nửa đời người. Rất khó để nói rằng nước Mỹ không là một quê hương mới. Mỗi lần đi xa, sau vài ngày là tôi bắt đầu nhớ đến căn nhà ở đó, nhớ màu sắc của cỏ cây khi trời vào thu, nhớ những con đường, những con người, nhớ cả thức ăn, … Tâm trạng của tôi chắc cũng giống với tâm trạng nhiều người Việt khác ở Mỹ. Cũng giống như tâm trạng của người khách trong bài thơ Độ Tang Càn (Qua sông Tang Càn) nổi tiếng của Giả Đảo, một nhà thơ đời Đường:

Khách xá Tinh Châu dĩ thập sương
Qui tâm nhật dạ ức Hàm Dương
Vô đoan cánh độ Tang Càn thủy
Khước vọng Tinh Châu thị cố hương

Tạm dịch nghĩa: Khách từ Hàm Dương đến trọ ở Tinh Châu đã được mười năm, ngày đêm tưởng nhớ về Hàm Dương; ngày kia, ngẫu nhiên vượt sông Tang Càn, ngoảnh lại nhớ về Tinh Châu như đó mới là cố hương. Ý niệm về quê hương, không cố định mà thay đổi theo hoàn cảnh đổi thay của mình, theo trong bài thơ là như vậy. Tuy nhiên, tôi biết, chắc chắn phải có những hình ảnh, những kỷ niệm, những phút giây bất chợt, những vết son hay những vết hằn, đã đi theo người khách từ Hàm Dương đến Tinh Châu. Rồi từ Tinh Châu, theo khách, vượt sông Tang Càn. Chúng đã làm cho khách lớn hơn, và ở với khách cho đến ngày trút hơi thở cuối cùng.

Những cơn mưa ngày cũ, trong nghĩa thật hay ẩn dụ, với tôi cũng thế.

Maryland, năm 2012

NHÌN LẠI PHONG TRÀO VĂN NGHỆ PHẢN KHÁNG TẠI VIỆT NAM TỪ 1986 ĐẾN 1989

LTG: *Bài viết này nguyên là bài thuyết trình của tác giả tại Đại Học George Mason, Virginia, đầu tháng 4/1995, trong một hội thảo mang đề tài "Ngòi Bút và Bạo Quyền". Hai diễn giả được mời là Trương Vũ và nhà báo Như Phong Lê Văn Tiến. Bài viết đã được đăng tải trên tạp chí Hợp Lưu, phát hành trong tháng đó. Với văn học nghệ thuật Việt Nam ngày nay, nhiều vấn đề được trình bày trong bài vẫn còn giá trị thời gian.*

Đối với nhiều người Việt, đặc biệt là với đồng bào miền Bắc, cuộc chiến chấm dứt vào 1975 có thể đã đem lại cho họ một niềm vui về một đất nước thống nhất, về một cơ hội để tái thiết xứ sở, và về một tương lai không còn cảnh huynh đệ tương tàn. Thế nhưng, những biến cố tiếp liền theo đó, xảy ra trong hòa bình và trong khung cảnh của một đất nước thống nhất, đã làm nản lòng rất nhiều người. Quản lý kinh tế sai lầm, tham nhũng ở mọi cấp độ, vi phạm nhân quyền, hàng trăm trại học tập, chiến tranh với Campuchia và Trung Quốc, cuộc vượt biển ồ ạt và bi thảm v.v... là những động lực đánh thức lại một niềm tin nơi trí thức và văn nghệ sĩ là chủ nghĩa Cộng Sản quả thật là một giải pháp thất bại cho những vấn đề xã hội và con người của đất nước Việt Nam.

Niềm tin này của trí thức và văn nghệ sĩ xuất thân từ miền Nam mãnh liệt như thế nào không là một vấn đề để bàn cãi, nhưng nhận diện và đánh giá nó cho công bình với trí thức và văn nghệ sĩ miền Bắc đòi hỏi nhiều công phu hơn do tính cách phức tạp của xã hội miền Bắc, dù trước hay sau 1975. Trong một thời gian khá lâu, sau kinh nghiệm tàn bạo của vụ án "Nhân Văn Giai Phẩm" vào 1958, trí thức và văn nghệ sĩ miền Bắc không còn muốn dính dự vào những vấn đề chính trị có tính cách tranh cãi. Tuy nhiên, dầu muốn dầu không, sau 1975, họ phải chạm trán với một thực tế hoàn toàn trái ngược với những điều dự đoán. Những khác biệt quá lớn giữa cái *họ thực sự thấy* với cái *lẽ ra họ nên thấy* bắt đầu khiến họ chao đảo. Một số nhà văn và trí thức, trong đó có Nguyễn Minh Châu, Hoàng Ngọc Hiến và Nguyên Ngọc, công khai phát biểu sự bất mãn của mình đối với thực trạng của đất nước, đặc biệt trong lãnh vực văn học và nghệ thuật. Với những bài viết vẫn thường được bắt đầu bằng cách biểu lộ lòng biết ơn với Đảng như lâu nay, họ đặt ra những câu hỏi nhức nhối liên quan đến các sinh hoạt trí thức hiện tại.

Trong một tiểu luận mang tựa đề *"Viết Về Chiến Tranh"* (Văn Nghệ Quân Đội, tháng 11/1978), Nguyễn Minh Châu đả kích cách xây dựng tác phẩm của hầu hết những nhà văn thời kỳ đó là họ chỉ viết về những *hiện thực ước mơ* chứ không phải viết về những *hiện thực đang tồn tại*. Tán đồng với nhận định của Nguyễn Minh Châu, nhà phê bình Hoàng Ngọc Hiến viết một bài nhan đề *"Về Một Đặc Điểm Của Văn Học Nghệ Thuật Ở Ta Trong Giai Đoạn Vừa Qua"* trong đó ông đề nghị nên gọi nền văn học nghệ thuật hiện đại của Việt Nam là một nền văn học nghệ thuật *phải đạo*, có nghĩa là, *"quan tâm đến sự phải đạo nhiều hơn là tính chân thật"*. Cũng trong tháng đó, Nguyên Ngọc trình bày một đề cương về sáng tác văn học trong đó ông kịch liệt đả kích chất lượng yếu kém của những tác phẩm văn học hiện đại. Đề cương này mãi chín năm sau mới được phổ biến, nhưng chỉ phổ biến một phần trên tạp chí Langbian ở Đà Lạt. Trong đề cương đó ông đã viết những câu như sau:

"Cũng từ đó đưa tới tình trạng: "Phải chăng lúc này có hiện tượng không ít phổ biến là người viết, vẫn cứ viết mà không thực tin ở điều mình viết ra?" Người là muối mà chính người lại không mặn thì biết lấy gì để muối người? Văn học, nói theo một cách nào đấy, là lòng tin. Không có lòng tin lớn thì không bao giờ có thể có văn học lớn. (...) Cảm giác "có nhiều sách mà không có tác phẩm" là như thế. Người đọc thờ ơ với chính những quyển sách mình vừa đọc, tuy chẳng có gì để chê bai nó. Có một không khí mệt mỏi, lạnh nhạt giữa người viết và người đọc."

Những bài viết nói trên đã gây phản ứng mạnh từ phía những người bảo thủ và thành phần cốt cán của chế độ. Chẳng hạn, trong một bài viết đăng trên tạp chí *Nghiên Cứu Nghệ Thuật* (Tháng 1/1980), Kiều Vân biểu lộ một cách khá hằn học, dùng trường hợp của Lucas để ngụ ý là những người này đã "đòi hỏi một kiểu tự do vô lối trong sáng tác, vu khống xuyên tạc đối với xã hội *xã hội chủ nghĩa*, tấn công một cách kiên trì vào nền văn học mang tính đảng và tính có khuynh hướng". Thế nhưng, từ phía đông đảo nhà văn, nghệ sĩ và trí thức, có một sự yên lặng đáng ngạc nhiên, không giống như vào thời kỳ Nhân Văn Giai Phẩm, đa số đã nhảy vào đánh hùa theo với Đảng. Có thể là đa số đã đồng ý với những nhận định của Nguyễn Minh Châu, Hoàng Ngọc Hiến, Nguyên Ngọc, nhưng thời điểm đó còn quá sớm để họ dám chấp nhận hiểm nguy nói lên sự đồng tình của mình. Dầu thế nào đi nữa, một số tác phẩm biểu lộ sự bất mãn và mất niềm tin bắt đầu hình thành trong giai đoạn đầu của thập niên 80, đáng kể nhất là thơ của Nguyễn Duy và các truyện ngắn của Nguyễn Minh Châu.

Tháng 8/1987, khoảng hơn một năm trước khi mất, Nguyễn Minh Châu viết một tiểu luận để đời: *"Hãy Đọc Lời Ai Điếu Cho Một Giai Đoạn Văn Nghệ Minh Họa"*. Trong đó, ông thú nhận là cho đến bấy giờ, vì sợ sệt, nhà văn đã trở nên hèn nhát và hành động thậm thụt như những gian phi. Ông kêu gọi các đồng nghiệp hãy chôn đi một nền văn nghệ như đã có trong quá khứ và dồn mọi nỗ lực để chuẩn bị một không khí sáng tác lành mạnh hơn cho những tài năng của thế hệ tới. Ông viết: *"(...) Văn chương gì mà muốn viết một câu trung thì phải viết một câu nịnh? Hèn, hèn chứ? Nhà văn nước mình tận trong tâm can ai mà không thấy mình hèn? Cái sợ nó làm mình hèn. (...) Mấy chục năm qua, tự do sáng tác chỉ có đối với lối viết minh họa, văn học minh họa, với những cây bút chỉ quen với công việc cài hoa kết lá, vờn mây cho những khuôn khổ có sẵn, cho chữ nghĩa những văn bản vốn đã có sẵn mà chúng ta quy cho đấy đã là tất cả hiện thực đời sống đa dạng và rộng lớn. Nhà văn chỉ được giao phó công việc như một cán bộ tuyên huấn truyền đạt đường lối, chính sách bằng hình tượng văn học sinh động. (...) Tài năng, nhất là những thiên tài, bao giờ cũng như là của bắt được, của trời cho, ai mà biết được bao giờ thì họ đến. Nhiệm vụ của chúng ta là chuẩn bị bầu không khí cho họ thở, cho họ sống, đừng giết chết họ, đừng ghen tị với họ, đừng làm họ thui chột trí tuệ lẫn tình cảm, đừng khiến họ cuối cùng trở thành chúng ta."*

Hai tháng sau, dưới áp lực của chính sách đổi mới ở Liên Xô và Đông Âu, Tổng Bí Thư Nguyễn Văn Linh tuyên bố sẽ đổi mới chính sách của Đảng Cộng Sản Việt Nam. Tháng 12/1987, nghị quyết số 5 về đổi mới trong văn học và nghệ thuật được ban hành. Chính sách đổi mới này đã làm cho sự nhận diện thật giả về tính phản kháng trong văn nghệ trở nên phức tạp hơn, nhất là từ phía đồng bào ở hải ngoại. Dầu sao, chính sách đổi mới, thường được gọi nôm na là "chính sách cởi trói", đã giúp tạo nên một cơ hội làm bùng dậy một phong trào văn nghệ sinh động ở trong nước, đúng ra là ở miền Bắc. Phong trào văn nghệ này bao gồm nhiều cây viết tên tuổi. Về phê bình lý luận, có Hoàng Ngọc Hiến, Lại Nguyên Ân, Lê Ngọc Trà. Về kịch, có Lưu Quang Vũ, Tất Đạt. Về điện ảnh, có Trần Văn Thủy, Việt Linh. Về thơ, có Nguyễn Duy, Trần Vàng Sao. Sôi động nhất là về sáng tác văn chương với những tên tuổi như Nguyễn Huy Thiệp, Dương Thu Hương, Phạm Thị Hoài, Trần Mạnh Hảo, Nhật Tuấn, Nguyễn Quang Lập, Bảo Ninh v.v... Hầu hết trong số này chỉ được biết đến hoặc thành danh sau 1975. Những kinh nghiệm đau thương trong quá khứ, những bất mãn mà họ cố kềm giữ lâu nay, được dịp nổ bùng lên. Do đó, tác phẩm của họ mang những sắc thái chính sau đây: *phản kháng sự áp đặt quyền lãnh đạo của Đảng lên trên quyền sáng tác của nhà văn; phủ nhận "công lao" của chủ nghĩa cộng sản trong hai cuộc chiến; quy kết cho xã hội chủ nghĩa về tình trạng nghèo đói, phân hóa, bất công, và chậm tiến; đòi quyền của cá nhân được lựa chọn cách sống của mình; lên án sự lạm quyền của cán bộ cao cấp đã tàn phá xã hội và con người; công kích sự tôn sùng thần tượng; v.v...*

Nguyễn Huy Thiệp được xem như tài năng hàng đầu của phong trào này. Ông viết với đau đớn và tàn bạo. Ông nhìn xoáy vào từng điểm đen tối nhất của đời sống. Ông lôi ra ánh sáng để đùa bỡn với những khúc mắc ghê rợn của một xã hội trong đó ông sống và làm việc. Phong cách này được nhìn thấy rõ nhất trong các truyện ngắn như *"Tướng Hồi Hưu"* và *"Không Có Vua"* (sau này ông chuyển sang thành kịch). Nói chung, ông là một nhà văn viết ngay thẳng nhưng sâu sắc, có nét riêng của mình, và là một nhà văn nổi giận. Sự nổi giận của ông bộc lộ tận cùng khi ông viết *"Tội Ác Và Hình Phạt"*.

Có những câu như: *"Tội ác cứ nhân thêm. Và đến lúc nào đấy, trên cái mảnh đất khốn nạn này, trên cái mảnh đất yêu dấu của chúng ta sẽ bốc lửa. Sự trừng phạt đến. Sẽ đến ngày phán xử cuối cùng."*

Khác với tác phẩm của Nguyễn Huy Thiệp, truyện dài *Những Thiên Đường Mù* của Dương Thu Hương bao phủ một không khí hoài niệm, tăm tối, sầu thảm. Cái thiên đường mà Dương Thu Hương ngụ ý ở đây chỉ là một thiên đường của những kẻ đã đánh mất nhân tính hay của những kẻ bị chà đạp, bị bóc lột, bị xem khinh. Một thứ thiên đường chỉ có nghèo đói, lạnh lẽo, và cô đơn. Một thứ thiên đường mù lòa. Một trong những nhân vật chính trong truyện là cậu Chính, một cán bộ tuyệt đối trung kiên với Đảng. Trong truyện, Dương Thu Hương đã cho một chàng tuổi trẻ đầy tính người, nói về cậu Chính như sau: *"Họ là những kẻ đã phao phí gần hết đời sống của mình vào việc vẽ nên một thiên đường dưới trần ai, nhưng trí khôn ngắn ngủi của họ lại không đủ hiểu thiên đường ấy ra sao và con đường nào đưa tới nó. (...) Vì thế, khi biết công việc ấy hão huyền thì họ hối hả tìm kiếm những miếng ăn thực, nhặt nhạnh những hạt ngũ cốc thực trên mảnh đất bùn lầy. Họ làm việc ấy, bất kể bằng cách nào... Họ, là tấn thảm kịch cho chính họ, là tấn thảm kịch cho thế hệ chúng ta."* Trong một bài trả lời phỏng vấn, Dương Thu Hương đã phê phán việc du nhập chủ nghĩa Mác Lê vào Việt Nam như sau: *"Việc chúng ta quy chụp cuộc đấu tranh giai cấp vào đất nước ta (với các điều kiện thực tiễn hoàn toàn không phù hợp) đã tiêu hủy một trữ năng tinh thần của dân tộc. Chúng ta đã tự tận diệt lẫn nhau, nồi da xáo thịt, đã để lại những vết thương lịch sử nặng nề, khiến cho lòng người ly tán, thù hận, đã phân tán sức mạnh tự thân của người Việt. (...) Lẽ ra chúng ta có thể tránh khỏi những sự trả giá lịch sử không cần thiết. (...) Nhưng giờ đây tôi xin nhắc lại lần nữa, việc giải ảo, việc công khai hóa đời sống tinh thần, việc dũng cảm từ bỏ đời sống quá khứ... tất cả đang là những gánh nặng mà người trí thức không thể nào lẩn trốn. (...)"*

Trong một bài thơ đã gây nhiều phản ứng sôi nổi, Nguyễn Duy biểu lộ một thái độ khinh miệt tận cùng về việc xây dựng thần tượng mà ông coi như chẳng khác gì xào nấu các món ăn, trong bài thơ tựa đề *"Nhìn Từ Xa... Tổ Quốc"*:

Thần tượng giả xèo xèo phi hành mỡ
Ợ lên thum thủm cả tim gan

Và, ông cũng biểu lộ sự hoài nghi về thiện chí đổi mới của Đảng qua sự hoài nghi về chính bản chất của Đảng:

Đổi mới thật chăng hay giả vờ đổi mới?
Máu nhiễm trùng ta có thể thay chăng?

Những gì xảy ra vài năm sau đó chứng tỏ sự hoài nghi của Nguyễn Duy quả thật có cơ sở. Đến khoảng cuối năm 1989, phong trào Văn Nghệ Phản Kháng bắt đầu gặp phản ứng mạnh từ phía cầm quyền và từ phía một số văn nghệ sĩ thuộc cấp lãnh đạo chính trị, kể cả một số người lúc đầu có cảm tình với phong trào này. Đảng bắt đầu thắt chặt sự kiểm soát của họ về xuất bản và đẩy những phần tử "nguy hiểm" ra khỏi các chức vụ quan trọng trong lãnh vực văn học nghệ thuật. Đáng kể nhất là việc cách chức Nguyên Ngọc khỏi chức vụ Tổng Biên Tập báo Văn Nghệ vào tháng 12/1989. Vì tình trạng chính trị trên thế giới vào thời điểm này đã đổi khác, phản ứng của đảng CSVN khôn ngoan hơn, không tàn bạo trên mặt nổi giống như cách họ áp dụng với phong trào Nhân Văn Giai Phẩm vào 1958 và sau đó, thế nhưng nó vẫn hữu hiệu. Đến cuối năm 1990, phong trào này mất hẳn khí thế của nó. Thêm vào đó, những đổi thay về kinh tế trên đất nước Việt Nam cũng đồng thời làm mờ đi ảnh hưởng của văn chương đối với xã hội và con người.

Ngày nay, thỉnh thoảng cũng thấy xuất hiện một số tác phẩm mang nội dung phản kháng, như trường hợp truyện ngắn *"Linh*

Nghiệm". Thế nhưng, cái phản kháng trong văn chương chúng ta đã thấy như một phong trào lớn mạnh vào thời điểm từ 1986 đến 1989, thật sự không còn nữa.

Giờ đây, nhìn lại, chúng ta thấy thành công đáng kể nhất của họ là sự can đảm nhìn thẳng vào mình, vào những công trình của chính mình, và kích động niềm đam mê của người cầm viết được sống thật, viết thật với điều mình tin, điều mình thấy. Thế nhưng nếu sự vùng dậy của văn chương vào thời kỳ đó có một số điểm mạnh về các vấn đề liên quan đến xã hội, chính trị, và con người thì về mặt văn nghệ, phong trào đó còn rất nhiều hạn chế. Ngoài Nguyễn Huy Thiệp và Phạm Thị Hoài, không có nhiều nỗ lực lớn để làm mới văn học nghệ thuật trên căn bản nghệ thuật thuần túy. Và, cái điểm đáng chê trách nhất đối với phong trào này, là với con số gần 80 người làm nghệ thuật có tài năng, họ vẫn còn giới hạn cái nhìn của họ về một đất nước như thể vẫn còn bị chia đôi như trước 1975. Trong tác phẩm của họ, người đọc rất khó tìm thấy hình ảnh của những con người ở phần đất phía Nam. Càng rất khó tìm thấy những hình ảnh trung thực. Và, những đau đớn, những nghiệt ngã của người dân Việt Nam mà họ cảm nhận được để mang vào tác phẩm, cũng chỉ là những đau đớn, những nghiệt ngã của người dân Việt Nam ở phía Bắc vĩ tuyến 17. Cho đến nay, hai mươi năm sau khi cuộc chiến chấm dứt, hiện tượng này vẫn không thay đổi bao nhiêu. Dầu sao đi nữa, chỉ riêng về phương diện can đảm của người cầm bút chống lại những áp lực của người cầm quyền, những bất công trong xã hội mà họ sống, thì quả thật, chúng ta phải dành cho họ một sự kính trọng đặc biệt, và phải dành cho họ một nhận diện và đánh giá công bình.

Nếu phong trào Văn Nghệ Phản Kháng ở miền Bắc làm cho ta liên tưởng, một cách đơn giản, đến tương quan giữa Ngòi Bút và Bạo Quyền, thì trên một nghĩa nào đó, Bạo Quyền đã thắng. Có thể nó chỉ thắng tạm thời, và không có mấy ai nói trước được những gì sẽ thực sự xảy ra trên quê hương trong những ngày tới. Thế nhưng, có tạm thời hay không thì điều đó tùy thuộc rất nhiều vào cái cách mà thế hệ chúng ta, ở cả trong lẫn ngoài nước, và những thế hệ mai sau đương đầu với nó. Trong sự đương đầu đó đóng góp của người Việt ở hải ngoại có thể không nhỏ, với điều kiện là chúng ta chịu nhìn lại một cách thẳng thắn về những gì chúng ta đang có ở hải ngoại, để đương đầu với Bạo Quyền hay Bạo Lực nói chung, để thắng Bạo Lực. Nhìn lại những gì xảy ra vào thời kỳ Văn Nghệ Phản Kháng, nhận diện, đánh giá, khen chê… là những điều nên làm. Tuy nhiên, những điều này sẽ chẳng có nghĩa lý gì hơn là một nghiên cứu trí thức, nếu chúng ta không nhìn lại chính mình để biết mình muốn gì và đâu là khả năng thật sự của mình. Phải nhìn một cách thẳng thắn, không phải nhìn một cách phải đạo, có nghĩa là không phải nhìn bằng cái cách mà mười lăm năm trước đây ở trong nước, dưới Bạo Lực, Nguyễn Minh Châu đã lên tiếng đề nghị mọi người nên chôn nó đi, bởi vì nó hủy hoại nghệ thuật, hủy hoại cái phần trí thức của con người, và dĩ nhiên nó sẽ làm cho đời sống thiếu hẳn chất lượng.

Ngòi Bút và Bạo Lực là hai thứ không thể cùng sống chung với nhau mà không làm biến thái hoặc triệt tiêu nhau. Ngòi Bút thật mạnh thì Bạo Lực triệt tiêu, Ngòi Bút mạnh vừa phải thì Bạo Lực chỉ biến thái và ngược lại.

Nói về tương quan giữa Ngòi Bút và Bạo Lực, *cái mà chúng ta đang có ở hải ngoại là cái gì*? Về một phương diện nào đó, chúng ta cách xa quê hương nên không bị chi phối bởi Bạo Lực theo cái cách mà đồng bào chúng ta trong nước phải chịu. Chúng ta tự do hơn, chúng ta an toàn hơn. Nhưng đồng thời, về một phương diện khác, do ảnh hưởng của thời đại bùng nổ truyền thông, do liên hệ tình cảm cố hữu của người Việt với quê hương, do những đi lại thường xuyên giữa hải ngoại và trong nước (180 ngàn người Việt ở hải ngoại về thăm đất nước trong năm 1994), trên một nghĩa nào đó, cộng đồng Việt Nam hải ngoại rất gần với quê hương. Ảnh hưởng của cộng đồng để tạo nên những đổi thay trên quê hương không thể nào nhỏ được, dù là ảnh hưởng cộng hay ảnh hưởng trừ, tôi muốn nói, ảnh hưởng tốt hay ảnh hưởng xấu. Thế nhưng trí nhớ của người Việt cũng quá tốt và do đó, cái ám ảnh từ kinh nghiệm chua chát, xót xa, nghiệt ngã và những mất mát liên quan đến biến cố 1975 không phai nhạt trên các sinh hoạt của ngòi bút. Cho nên, hai mươi năm qua, dù thật sự tâm tình của người Việt đã thay đổi như thế nào, dù đại bộ phận của dân tộc là những người chỉ đã trưởng thành sau 1975, dù thế giới đã đổi thay như thế nào, chúng ta vẫn có khuynh hướng nhìn những tranh chấp trên quê hương nó đơn giản như cả thế giới chẳng có gì đổi thay cả. Và rồi qua ngòi bút, qua báo chí, qua sách vở, qua tuyên ngôn, qua thông cáo, chúng ta tiếp tục tạo nên những *hận thù giả tạo* giữa chính chúng ta với những *tranh chấp rất thật* ở chính nơi đây, tưởng chừng như chúng ta còn sống trong cái không gian cũ, vào cái thời gian mà chúng ta còn đang lao đao, vùng vẫy, chống cự, quay cuồng trong khuôn khổ một cuộc nội chiến, với máu đổ hằng ngày, với một lằn ranh bạn thù rõ nét, song song với lằn ranh lớn của một thế giới lưỡng cực trong Chiến Tranh Lạnh. Ngày nay, thế giới lưỡng cực chỉ còn là đề tài của những nhà viết sử, nhưng chỉ riêng một sự kiện *"trong số mười người cầm bút bị sát hại trên nước Mỹ, năm người thuộc cộng đồng Việt Nam hải ngoại"*[i] cũng phải khiến cho chúng ta suy nghĩ về cái tương quan giữa Ngòi Bút với Bạo Lực ở chính nơi đây. Ở đây thật sự chúng ta có Tự Do. Bạo Lực thật ra ở rất xa, nhưng cái ám ảnh về Bạo Lực đã khiến chúng ta kéo nó lại gần, không giết được nó, chúng ta giết lẫn nhau, chúng ta hành hạ lẫn nhau, chúng ta chụp nón cối cho nhau. Không khéo, chính chúng ta, chứ không ai khác, chẳng phải Bạo Quyền hay Bạo Lực nào cả, sẽ làm mất cái Tự Do mà chúng ta theo đuổi cả cuộc đời và cuối cùng có được với một giá đắt vô cùng.

Ngòi Bút và Bạo Lực! Nếu Ngòi Bút đủ mạnh để làm thăng hoa cuộc đời thì Bạo Lực tự nó sẽ đi ra khỏi cuộc đời. *"Mạnh"* ở đây không phải với cái nghĩa *"trong thơ có thép"* mà với cái nghĩa có nghệ thuật, có sáng tạo, có sức thu hút, có thuyết phục, có tình người... Sức mạnh của Ngòi Bút chúng ta ở hải ngoại như thế nào? Về lượng chắc là nhiều lắm. Về phẩm, văn chương của chúng ta có mới không, nội dung của nó có chứa đựng được những bức xúc, những trăn trở, những khúc mắc, những suy tư của thời đại chúng ta, có khai mở cái thẩm mỹ, cái tầm nhìn về tương lai cho chính chúng ta và những thế hệ sau này? Hay, có phải đa số sách vở của chúng ta cũng chỉ là những lặp lại, bằng những sự kiện khác nhau, theo cái lối *phải đạo, minh họa* của chúng ta, mặc dầu nó có thể khác với cái lối *phải đạo, minh họa* của văn chương trong nước? Trong điều kiện phức tạp, khó khăn như hiện nay, văn học và nghệ thuật Việt Nam hải ngoại đã luôn có những nỗ lực vượt bực. Tuy nhiên, khi nghĩ đến văn học nghệ thuật, chúng ta buộc phải nghĩ đến những giá trị lớn, những mức đến xa và không nên tự hài lòng với một so sánh nào đó. Những vấn đề này cần luôn được thảo luận thẳng thắn, trong tinh thần xây dựng.

Điều trình bày trên liên quan đến người viết. Trước khi dứt lời, tôi xin nói đôi điều liên quan đến người đọc. Ở hải ngoại, sống hết lòng với văn chương khó lắm. Người đọc cũng nên dành cho những nhà văn chân chính một sự cảm thông tối thiểu. Văn chương thuần túy nhắm đến những cái thật cao đẹp, nhưng người viết văn vẫn có những đòi hỏi, những nhu cầu rất bình thường, hay tầm thường. Người viết cần độc giả cũng như ca sĩ cần thính giả. Văn chương hay đòi hỏi người đọc sách nghiêm chỉnh, ngược lại, người đọc sách nghiêm chỉnh đòi hỏi văn chương phải hay, phải mới. Nhưng để được vậy, người đọc phải có chút nỗ lực mới tìm được từ trong đống sách vở ngổn ngang những gì gọi là văn chương. Thêm vào đó, người đọc cũng nên giúp cho các sinh hoạt văn học nghệ thuật được khích lệ, được sinh động hơn, bằng những yểm trợ rất nhỏ nhoi, rất tầm thường, như bỏ tiền ra mua sách. Hiện thời, tiền ở hải ngoại không thiếu nhưng tiền để mua sách thì không nhiều.

Khi nói về Ngòi Bút và Bạo Quyền, hay Bạo Lực, điều mà tôi nghĩ đến và mong rằng chúng ta sẽ không để cho xảy ra ở hải ngoại, lại là một tình trạng mà trước đây ở trong nước Nguyên Ngọc có nói đến. Đó là: *một thái độ thờ ơ, mệt mỏi trước sách vở.* Tôi muốn nói: sách vở của văn học nghệ thuật Việt Nam. Thái độ đó, thưa quý vị, *có khả năng bẻ gãy Ngòi Bút còn mạnh hơn cả Bạo Lực.*

Maryland, tháng 4 năm 1995

[i] Trong vòng 11 năm, từ 1981 đến 1992, có 10 ký giả bị ám sát tại Hoa Kỳ, tất cả đều thuộc các cộng đồng thiểu số. Trong số này, có năm người Việt Nam (Dương Trọng Lâm, 1981; Nguyễn Đạm Phong, 1982; Phạm Văn Tập, 1987; Đỗ Trọng Nhân, 1989; Lê Triết, 1990), một người Do Thái (Alan Berg, 1984), một người Đài Loan (Henry Liu, 1984), hai người Haiti (Jean-Claude Olivier, 1991; Fritz D'Or, 1991), và một người Colombia (Manuel de Dios Unanue, 1992).

Mùa Đông Prague

Tặng những nhà văn Việt Nam

Lời Mở:

Đầu tháng 7/2016, trong một chuyến đi chơi Âu châu, tôi đến thăm thủ đô Prague của Cộng Hòa Tiệp (The Czech Republic). Khi đến công trường Wenceslas, tôi nhìn lên bao lơn của tòa cao ốc Melantrich. Nơi đó, một ngày mùa đông 1989, Alexander Dubček và Václav Havel đứng cạnh nhau, ngỏ lời với gần một triệu người dân Prague đang tụ họp ở công trường này, khởi động một cuộc cách mạng làm sụp đổ hoàn toàn chế độ Cộng sản và xây dựng một xã hội dân chủ thực sự cho Tiệp Khắc. Một cuộc cách mạng bắt nguồn từ những vận động của giới trí thức và văn nghệ sĩ, khởi đi từ đầu thập niên 1955, không ngừng thách thức với mọi đàn áp của giới cầm quyền. Những biến động ở công trường Wenceslas và trên toàn đất nước Tiệp Khắc đã gợi hứng cho tôi viết một tiểu luận ngắn, nhan đề "Mùa Đông Prague", đăng trên tạp chí Văn Học ở California. Lúc đó, những vận động được biểu dương ở công trường Wenceslas chưa hoàn toàn thành công để trở thành cuộc "Cách Mạng Nhung" (The Velvet Revolution) của Tiệp Khắc. Lúc đó, kịch tác gia Václav Havel chưa trở thành Tổng Thống đầu tiên của một nước Tiệp Khắc dân chủ sau thế chiến.

Gần hai mươi bảy năm đã trôi qua. Đã có biết bao đổi thay trên toàn cầu, bao đổi thay trên đất nước Tiệp Khắc. Có cả những đổi thay mà thoạt đầu người dân Tiệp Khắc không muốn có, như sự kiện đất nước bị tách làm đôi, thành hai nước độc lập, Cộng hòa Tiệp và Cộng hòa Slovakia. Ngày nay, cả hai đều là thành viên của Liên hiệp Âu châu (EU) và của khối Liên minh Quân sự Bắc Đại tây dương (NATO). Tuy tách làm đôi, liên hệ giữa họ luôn tốt đẹp. Ngày nay, Alexander Dubček và Václav Havel đều đã ra người thiên cổ.

Trong những ngày ở Tiệp, tôi cảm nhận được một sức sống mạnh và trẻ trung trên đất nước này. Người dân có mức sống cao, trình độ văn hóa cao, tôn trọng một cách tự nhiên những giá trị căn bản của con người như tự do và bình đẳng. Hầu hết những người dân bình thường tôi gặp đều nói tiếng Anh khá lưu loát, và dầu đất nước này vẫn có một sắc thái riêng của họ, tôi không có cảm giác lạc lõng như khi đến thăm Moscow hay Bắc Kinh. Và, ở Tiệp ngày nay, nếu không có chút hiểu biết về lịch sử, tôi sẽ không thể nào tin rằng dân tộc đó đã từng hơn bốn mươi năm sống cô lập sau bức màn sắt, chịu áp đặt một chủ nghĩa xã hội rất thiếu nhân bản, chịu sự kiểm soát chặt chẽ về chính trị và quân sự của Liên Xô, và chỉ mới tách rời khỏi những ảnh hưởng đó chưa tới 27 năm.

Trong mấy ngày ở Tiệp, tôi có đến thăm khu thương mãi Sapa của cộng đồng người Việt ở đây. Khu thương mãi khá lớn. Buôn bán nhộn nhịp. Nhà cửa, hàng quán, và cách buôn bán ở đây làm gợi nhớ đến một số khu buôn bán ở Việt Nam ngày nào. Đang ở một đất nước bên trời Tây, nói toàn tiếng Tiệp hay tiếng Anh, vào đây như vào một thế giới khác, thấy như trở về đất nước cũ. Rất xúc động. Đặc biệt, khi trò chuyện với một số đồng bào, được biết đa số sang Tiệp theo các chương trình xuất khẩu lao động, sống khá vất vả, thu nhập rất thấp so với thu nhập của người Tiệp trung bình. Tuy vậy, số người Việt tìm cách sang làm lao động vẫn tiếp tục. Điều đáng mừng, theo phóng sự của một số báo chí Tiệp, trẻ em Việt Nam đa số học giỏi và hội nhập vào xã hội Tiệp khá dễ dàng.

Nhìn lại một số đổi thay chính trị lớn, tôi nghiệm ra một điều: nơi nào có sự tham dự tích cực của giới trí thức và văn nghệ sĩ yêu nước, yêu sự sống, tôn trọng sự khác biệt, và can đảm đứng lên tranh đấu quyết liệt cho điều mình tin, cho những quyền căn bản của con người, thì ở nơi đó, sự đổi thay mang lại ít bạo lực nhất, những quyền căn bản được phục hồi và xã hội phát triển nhanh nhất. Hãy nhìn, như một phản đề, những gì đã xảy ra trong cuộc cải cách ruộng đất ở Việt Nam vào thập niên 50, trong cuộc "cách mạng văn hóa" ở Trung Hoa vào thập niên 60, và sự thống nhất bằng quân sự và áp đặt chủ nghĩa ở Việt Nam vào 1975. Và, như chính đề, hãy nhìn những gì đã xảy ra trong những đổi thay lớn ở Đông Âu, và đặc biệt, ở Tiệp Khắc, vào 1989.

Bài viết này được đăng lại vì tác giả tin những điều trình bày trong bài viết chưa bị thời gian hai mươi sáu năm đào thải, ít ra, với trường hợp Việt Nam. Tác giả giữ nguyên lời đề tặng những nhà văn Việt Nam, như trong bản gốc.

Maryland, tháng 8 năm 2016

Trương Vũ

Tháng 1/1968, Alexander Dubček, lãnh tụ Đảng Cộng Sản (CS) Tiệp Khắc chủ trương đổi mới chế độ trong một chính sách được gọi là "Xã Hội Chủ Nghĩa Với Bộ Mặt Nhân Bản". Biến cố này được gọi là "Mùa Xuân Prague". Bảy tháng sau, nửa triệu quân của khối Warsaw cùng với thiết giáp xa tiến vào thủ đô Tiệp Khắc. Alexander Dubček bị tước hết quyền hành, đuổi ra khỏi đảng, đưa đến Slovakia làm một viên chức kiểm lâm không ai biết tới.

Hai mươi mốt năm sau, vào mùa đông 1989, cùng với những cơn lốc đang thổi xoáy vào các chế độ CS ở Đông Âu, người dân Tiệp Khắc vùng dậy. Vài ngàn người, rồi chục trăm ngàn người, rồi gần một triệu người, tụ tập tại công trường Wenceslas đòi hỏi chấm dứt một chế độ cai trị mà họ cho là rất thiếu nhân bản.

Từ mùa xuân 68 đến mùa đông 89, có những cái đi và đến ngược chiều nhau. Có những lãnh tụ lớn như Husák, Jakeš, đến với quyền hành vào mùa Xuân 68 và bây giờ bị buộc phải ra đi.

Alexander Dubček, bị buộc phải ra đi sau biến cố Mùa Xuân 68, thì vào ngày 24/12/1989, xuất hiện trên một bao lơn ở công trường Wenceslas để đón nhận những tiếng chào mừng nồng nhiệt của dân chúng.

Những gì thực sự xảy ra ở Tiệp Khắc không phải chỉ đơn giản ở những cái đi và đến này. Alexander Dubček có tái xuất hiện, nhưng những khuôn mặt nổi bật ở Mùa Đông Prague lại là những nhân vật của nhóm Diễn Đàn Công Dân (Civic Forum) như nhà soạn kịch Václav Havel hay giáo sư Komárek của Hàn Lâm Viện Khoa Học. Những nhân vật này có vẻ như mới lao mình vào những cơn lốc của thời đại kể từ ngày 19/11/1989, tức ngày thành lập nhóm Diễn Đàn Công Dân. Thật ra, cuộc tranh đấu của họ đã khởi đầu từ 1955, vào năm mà *"Bài Thơ Cho Người Trưởng Thành"* được sáng tác ở Ba Lan. Kể từ ngày đó cho đến trước mùa Đông 1989, cuộc tranh đấu của Tiệp Khắc hoàn toàn là cuộc tranh đấu của trí thức, không mang bóng dáng của những thành phần khác như thợ thuyền hay nông dân.

Những gì đã thực sự xảy ra ở Tiệp Khắc từ 1955 đến nay?

NHÀ VĂN – LƯƠNG TÂM CỦA ĐẤT NƯỚC

Quốc gia Tiệp Khắc chỉ mới chính thức thành lập như một nước độc lập vào ngày 28/10/1918 sau sự bại trận của đế quốc Áo Hung vào Đệ Nhất Thế Chiến. Danh xưng đầu tiên là Cộng Hòa Tiệp Khắc. Hai sắc dân chính là Czech (64%) và Slovak (30%). Trong Đệ Nhị Thế Chiến, Tiệp Khắc bị Đức chiếm đóng và một phần lãnh thổ bị sáp nhập vào Đức. Một chính phủ lưu vong đã được thành lập ở Anh để tiếp tục điều khiển cuộc kháng chiến trong nước.

Sau khi Đệ Nhị Thế Chiến chấm dứt, một cuộc bầu cử được tổ chức vào 1946, dưới ảnh hưởng chính trị của Liên Xô, đã đem lại thắng lợi cho Đảng Cộng Sản Tiệp Khắc với một đa số tương đối so với các đảng phái khác. Hai năm sau, vì chia rẽ và thiếu phối hợp, các đảng phái không CS đã thất bại trong nỗ lực ngăn chặn sự áp đặt xã hội chủ nghĩa theo kiểu của Liên Xô. Một bản Hiến Pháp mới được ban hành và danh xưng của quốc gia được đổi lại là Cộng Hòa Nhân Dân Tiệp Khắc.

Sang năm 1950, cuộc thanh trừng lớn trong nội bộ Đảng CS bắt đầu. Bộ Trưởng Ngoại Giao Vladimír Clementis bị cách chức và sau đó bị xử tử cùng với 10 đảng viên cao cấp khác. Đảng CS bắt đầu cai trị Tiệp Khắc theo đường lối cực đoan của Stalin. Cuộc thanh trừng lan rộng đến các thành phần khác của xã hội. Đường lối này vẫn được duy trì sau cái chết của Stalin và cả sau khi chủ trương Xét Lại được áp dụng ở Liên Xô.

Những bất mãn lớn bắt đầu. Trước hết, một cuộc nổi dậy nhỏ của thợ thuyền xảy ra ở một thị trấn xa xôi, Plzeň, vào tháng 6/1953 để phản đối vụ đổi tiền mới. Cuộc nổi dậy đã bị cảnh sát đặc biệt dập tắt và không tạo được tiếng vang đáng kể.

Nhà văn Tiệp Khắc có một thế đứng khá đặc biệt trong lịch sử của nước họ vì đó là thành phần đóng góp nhiều nhất và hiệu quả nhất trong việc xây dựng nền độc lập của Tiệp Khắc. Nhưng, cho tới lúc đó, Hội Nhà Văn Tiệp Khắc, được thành lập vào 1949, chỉ là một công cụ để tuyên truyền cho chế độ. Số hội viên có giới hạn và đa số viết theo chỉ thị. Những người cầm bút có tư cách tránh né công việc như vậy bằng cách xin dịch thuật sách ngoại ngữ hoặc sáng tác những bài thơ vừa đủ mơ hồ để thoát lưới kiểm duyệt. Một số ít nhà văn hoặc chống đối hoặc không viết theo đường lối đã phải chịu những trừng phạt khác nhau tùy theo cấp độ. Thi sĩ Laco Novomeský bị án mười năm tù vì đã viết những bài thơ "thiếu ái quốc".

Ngày 21/8/1955, một tuần san văn học ở Warsaw, tờ *Nowa Kultura*, đăng tải một bài thơ dài và cay đắng của một nhà thơ CS Ba Lan, Adam Ważyk, mang tựa đề *"Bài Thơ Cho Người Trưởng Thành"*. Nhà thơ Ważyk, trong suốt cuộc đời của ông kể từ lúc bắt đầu khôn lớn, đã tận tụy phục vụ cho lý tưởng CS.

Bỗng nhiên, ông sáng tác và gởi đăng bài thơ nói trên như một bản tuyên chiến gởi đến chế độ. Ngay sau đó, ông bị trục xuất khỏi Hội Nhà Văn Ba Lan và đồng thời chủ bút tập san *Nowa Kultura* cũng bị cách chức. Tuy nhiên, bài thơ của Adam Ważyk ở Ba Lan đã đánh thức những người trưởng thành ở Tiệp Khắc, nhất là những người cầm bút. [1]

Đại Hội kỳ II của Hội Nhà Văn Tiệp Khắc được tổ chức vào tháng 4/1956. Tổng Thống lúc đó là Zápotocký đến đọc diễn văn khai mạc, trong đó ông nhấn mạnh là Đảng không hề và sẽ không bao giờ chi phối vào các công trình văn học, và các nhà văn Tiệp Khắc hoàn toàn có tự do để sáng tác. Ngay lập tức, thi sĩ nổi tiếng của Tiệp Khắc là Jaroslav Seifert đã cùng với nhiều nhà văn khác như František Hrubín mạnh mẽ chỉ trích sự thiếu thành thật trong bài diễn văn và yêu cầu đảng trả tự do cho những người cầm bút đang còn ở trong tù. Những nhà văn đã kịch liệt công kích chính sách "viết theo yêu cầu" và cho đó là một thái độ nhục mạ người cầm bút. Sau đó, khẩu hiệu được trương lên ở Đại Hội là *"Nhà Văn - Lương Tâm Của Đất Nước"*. Mặc dầu Seifert và Hrubín được bầu vào Chủ tịch đoàn, đảng đã phản công khá hữu hiệu và cuối cùng áp lực được đại hội đưa ra một tuyên ngôn công nhận Đảng CS Tiệp Khắc như là "Người đề xướng và tổ chức cuộc cách mạng vĩ đại" và cám ơn Đảng về "Những đề nghị khôn ngoan và đứng đắn".

Vào tháng 5/1956, các nhà văn thuộc Nhóm Phản Kháng đã cho phát hành một tạp chí lấy tên là *Tháng Năm* (Květen) nhằm cổ võ những công trình văn học có giá trị thực sự. Mô thức này đã lan tràn sang nhiều lãnh vực khác. Và, chính những hoạt động có tính quốc cấm này đã làm cho đời sống văn hóa của Tiệp Khắc trở lại sinh động.

Đại Hội kỳ III tổ chức vào tháng 6/1957, sau khi các cuộc nổi dậy ở Poznań (Ba Lan) và Budapest (Hung Gia Lợi) đã hoàn toàn thất bại. Nhà thơ František Hrubín bị ép buộc đứng lên đọc lời tự phán về những "Phát biểu sai lầm" của ông trong kỳ đại hội trước. Về phần Seifert lúc đó đã 56 tuổi, ông vẫn không chịu đầu hàng, và không chịu tự ý rời khỏi Chủ tịch đoàn dưới áp lực của Đảng. Nhóm chủ trương tạp chí *Tháng Năm* tuyên bố hậu thuẫn Seifert. Cùng lúc đó, một số khuôn mặt mới đã nổi bật lên để cùng với Seifert và Eduard Goldstücker, vừa mới được trả tự do, làm một cuộc cách mạng cho trí thức Tiệp Khắc. Các khuôn mặt đó là nhà thơ Jan Prochazka, nhà soạn kịch Ivan Klima, nhà viết tiểu thuyết Ladislav Mnacko và nhà soạn kịch Václav Havel. Lúc đó, Václav Havel mới 21 tuổi.

Hai năm sau, Đảng áp lực Hội Nhà Văn trục xuất Seifert và bốn nhà văn thuộc Nhóm Phản Kháng. Sau đó, Đảng đóng cửa tạp chí *Tháng Năm*. Những người phản kháng bắt đầu đi tìm một phương thức đấu tranh khác.

Sang năm 1960, danh xưng của Tiệp Khắc được đổi lại là Cộng Hòa Xã Hội Chủ Nghĩa Tiệp Khắc.

Tháng 4/1963, nhà văn Ladislav Mnacko hoàn thành tác phẩm *"Những Bản Phúc Trình Bị Trì Hoãn"* (Delayed Reports). Tác phẩm này làm náo động xã hội Tiệp Khắc vì đã đánh thẳng vào lương tâm của những trí thức, kết án thái độ thụ động của họ và coi thái độ thụ động này như là một hình thức toa rập với tội ác, một điều mà đa số trí thức muốn tảng lờ. Tác phẩm của Mnacko đã tạo nên cuộc biểu tình của sinh viên Prague vào ngày Lễ Lao Động 1963.[2]

Cuối tháng Năm, Hội Nhà Văn Tiệp Khắc cho phổ biến lời phát biểu của nhà thơ Laco Novomeský, lúc đó đã mãn hạn tù. Lời phát biểu có những câu sau đây:

"Thảm kịch của chúng ta không phát sinh hoặc không phải chỉ phát sinh từ sự kiện là có những kẻ đã tin nhiều hay tin ít vào một điều gian dối và chấp nhận điều gian dối đó. Vì những người này, hoặc vì sợ hãi, hoặc bằng hảo ý, cho rằng họ đang phục vụ cho một mục tiêu chính đáng nên cứ chấp nhận điều gian dối.

Thảm kịch của chúng ta phát sinh từ sự kiện – và sự kiện này áp dụng cho những nhà văn hay nhà báo – là chúng ta đã cố gắng thuyết phục người đọc tin rằng sự gian dối đó là sự thật, chúng ta đã đánh lạc hướng và làm hoang mang cả một thế hệ đang đứng ở ngoài căn phòng này, lạc lõng, ngơ ngác, vì không biết phải dựa vào cái gì để tin. Chúng ta cần mang đến cho thế hệ đó sự tín nhiệm, lòng tin, và sự thật. Nhưng trước hết, hãy mang những điều đó đến cho chính chúng ta." [3]

Cùng trong năm đó, Václav Havel, đã 27 tuổi, hoàn thành vở kịch dài đầu tiên: *"Viên Hội"* (The Garden Party). Vở kịch xây dựng trên những cái phi lý và lố bịch của xã hội đương thời bằng những lời mỉa mai cay độc. Từ đó, nhiều sáng tác như vậy do những nhà văn đã nổi tiếng hoặc những nhà văn mới nổi đã ra đời. Phản ứng của chế độ vẫn là một phản ứng cổ điển nhưng hữu hiệu: đe dọa, tù đày và cô lập.

Tháng 1/1967, Đại Hội kỳ IV của Hội Nhà Văn Tiệp Khắc ra Nghị Quyết yêu cầu tái lập truyền thống văn học của Tiệp Khắc, đồng thời yêu cầu được tiếp xúc và trao đổi văn hóa với các nước Tây phương. Lúc bấy giờ, lãnh tụ đảng là Antonín Novotný. Phản ứng của chế độ vẫn như cũ, vẫn là đe dọa, tù đày và cô lập.

MÙA XUÂN PRAGUE

Đầu tháng 11/1967, sinh viên Đại Học ở Prague biểu tình đòi thay đổi đường lối cai trị của Đảng. Đồng thời, trong nội bộ của Trung Ương Đảng, Alexander Dubček cầm đầu nhóm chủ trương cải cách, áp lực Novotný hủy bỏ phương thức cai trị cực đoan. Để chống lại những áp lực này, Novotný kêu gọi sự hậu thuẫn của Liên Xô. Tháng 12 năm đó, lãnh tụ Liên Xô Leonid Brezhnev đến thăm và quan sát tình hình ở Prague và ông từ chối hậu thuẫn Novotný. Tháng 1/1968, Dubček được bầu vào chức Bí Thư Thứ Nhất của Đảng CS Tiệp Khắc thay thế Novotný. Sau đó, nhiều thành phần thủ cựu cũng lần lượt bị thay thế. Đến tháng 3, Novotný mất luôn chức Tổng Thống và Tướng Ludvík Svoboda lên thay.

Alexander Dubček chỉ định rồi chỉ đạo một ủy ban gồm nhiều khuynh hướng khác nhau, từ cải cách đến bảo thủ, soạn thảo một Chương Trình Hành Động (CTHĐ) nhằm tạo một mô thức xã hội chủ nghĩa mới, có tính "dân chủ" và "dân tộc", thích hợp với hoàn cảnh của Tiệp Khắc. Tháng 4/1968, thành phần lãnh đạo Đảng chấp thuận Chương Trình Hành Động. Alexander Dubček đã gọi mô thức này là "Xã Hội Chủ Nghĩa Với Bộ Mặt Nhân Bản". Ngoài những điểm liên hệ đến cải cách chế độ bầu cử, xác nhận quyền tự do hội họp và phát biểu, CTHĐ cũng có những điểm quan trọng như tái xác nhận sự theo đuổi mục tiêu Cộng sản và sự liên minh với Liên Xô và khối Warsaw.

CTHĐ của Dubček đã tạo một sức sống mới cho xã hội Tiệp Khắc. Dân chúng đã phấn khởi gọi biến cố đó là Mùa Xuân Prague. Những tuần lễ tiếp theo, những bài báo đả kích Liên Xô đã thấy xuất hiện trên báo chí. Một số tổ chức có tính chính trị đã được thành lập và không phụ thuộc vào sự kiểm soát của Đảng. Các phần tử bảo thủ yêu cầu đàn áp các sinh hoạt này nhưng Alexander Dubček không chịu nghe.

Cuối tháng 6 năm đó, Ludvík Vaculík, tiểu thuyết gia và đồng thời cũng là đảng viên CS kỳ cựu, cho đăng tải một tuyên ngôn nhan đề "Hai Ngàn Chữ" với chữ ký của 70 nhà văn và nhà khoa học. Bản Tuyên Ngôn nói đến những trở ngại có thể gây ra cho Tiệp Khắc bởi những phần tử bảo thủ trong đảng và các thế lực ngoại quốc và hô hào dân chúng hãy đứng dậy tự mình thực hiện lấy chương trình cải cách. Liên Xô và các nước thuộc khối Warsaw liền tổ chức một phiên họp đặc biệt không mời Tiệp Khắc tham dự. Sau đó, họ gởi cho Ủy Ban Lãnh Đạo (UBLĐ) Đảng CS Tiệp Khắc một văn thư lên án những phần tử phản động đã viết tuyên ngôn này đồng thời yêu cầu Tiệp Khắc tái lập chế độ kiểm duyệt, bãi bỏ các sinh hoạt chính trị không thuộc đảng CS và trục xuất ra khỏi Đảng các phần tử hữu khuynh. Sau cùng, văn thư nhấn mạnh đến nhiệm vụ phải bảo vệ xã hội chủ nghĩa ở Tiệp Khắc, và coi đó là nhiệm vụ chung của tất cả các nước anh em, thuộc khối Warsaw. Dubček phản đối bức tối hậu thư và yêu cầu gặp riêng với Liên Xô.

Trong cuộc gặp gỡ này, Alexander Dubček đã khẳng định sự trung thành của Tiệp Khắc với chủ nghĩa Mác Lê và với liên minh Warsaw hay Comecon. Ông hứa trừng trị những kẻ muốn tái lập Đảng Dân Chủ Xã Hội cũ, những phần tử "phản cách mạng", đồng thời kiểm soát báo chí hữu hiệu hơn. Brezhnev ra lệnh rút các lực lượng quân đội Xô Viết khỏi Tiệp Khắc nhưng cho dừng lại dọc theo biên giới.

Trong khi đó, Dubček và các đảng viên cao cấp thuộc khuynh hướng cải cách lại dự trù một kế hoạch loại trừ tất cả những phần tử chống cải cách ra khỏi Trung Ương Đảng trong kỳ Đại Hội Đảng sẽ tổ chức vào tháng 9. Hầu hết những phần tử này có khuynh hướng thân Nga và họ đã cầu cứu Liên Xô. Ngày 20/8/1968, nửa triệu quân thuộc các nước Liên Xô, Đông Đức, Ba Lan, Hung Gia Lợi và Bảo Gia Lợi tiến vào Tiệp Khắc. Lỗ Ma Ni ngay từ đầu đã phản đối quyết định của các nước Warsaw đối với Tiệp Khắc nên không tham dự chiến dịch này. Dubček và Ủy Ban Lãnh Đạo Đảng lên tiếng phản đối sự can thiệp quân sự của khối Warsaw nhưng đồng thời ra lệnh cấm quân đội và dân chúng dùng vũ lực cản trở các đoàn quân này. Tuy nhiên, khi các xe tăng tiến vào Prague, bạo động cũng đã xảy ra từ phía dân chúng và khoảng 100 người dân Tiệp Khắc đã bị giết.[4] Cơ quan đầu tiên bị thiết giáp xa bao vây là trụ sở của Hội Nhà Văn Tiệp Khắc.

Alexander Dubček bị bắt vào đêm 20/8 và đưa sang Moscow gặp Brezhnev. Sau đó, ông vẫn được giữ chức vụ cũ nhưng không có thực quyền cho đến tháng 4/1969 thì chính thức từ chức. Gustáv Husák lên thay. Cuối năm đó, Husák cử ông đi làm Đại Sứ tại Thổ Nhĩ Kỳ. Trong lúc ông đang còn ở Ankara, Ủy Ban Lãnh Đạo Đảng bỏ phiếu trục xuất ông ra khỏi Đảng. Những người còn cảm tình với ông ở trong đảng đã ngầm khuyên ông xin tị nạn chính trị ở Thổ Nhĩ Kỳ, nhưng ông vẫn trở về Tiệp Khắc. Sau đó, ông được đưa đến thành phố Bratislava, thủ phủ của Slovakia, làm một viên chức kiểm lâm cho đến cuối năm 1988.

Đối với các thành phần đã tham dự vào Chương Trình Hành Động, hậu quả dành cho họ khá trầm trọng. Hơn một nửa thành viên của Trung Ương Đảng bị thay thế. Hơn nửa triệu đảng viên bị trục xuất. Đa số các viên chức cao cấp trong những lãnh vực khác nhau bị đuổi việc. Xã hội Tiệp Khắc trở lại tình trạng cai trị khắt khe cũ.

Vào Mùa Thu 1970, một nhóm trí thức gồm cả các cựu đảng viên CS thành lập Phong Trào Xã Hội Của Công Dân Tiệp Khắc nhằm đấu tranh theo tinh thần của Mùa Xuân Prague. Ngay sau đó, 47 thành viên cao cấp của phong trào bị bắt và bị đưa ra tòa xét xử vào mùa Hè 1972. Từ đó, một số đông nghệ sĩ và chuyên viên đã trốn khỏi nước.

HIẾN CHƯƠNG 77

Vào ngày 6/1/1977, các nhật báo ở Tây Đức đã cho đăng tải một Tuyên Ngôn lấy tên là Hiến Chương 77 (Charter 77). Bản Tuyên Ngôn làm tại Tiệp Khắc mang chữ ký của 242 người Tiệp Khắc thuộc nhiều thành phần khác nhau: nhà văn, nghệ sĩ, giáo chức và cựu đảng viên CS. Giáo sư Jan Patočka, nhà soạn kịch Václav Havel và giáo sư Jiří Hájek được nhắc tới trong Tuyên Ngôn như là những phát ngôn viên chính thức của Hiến Chương 77.

Hiến chương 77 nói lên những bất mãn của những người ký tên đối với những thực tế đang xảy ra ở Tiệp Khắc liên hệ đến Dân quyền và Nhân quyền. Họ lên án chính phủ Tiệp Khắc đã không tôn trọng những quyền công dân được ghi trong Hiến Pháp cũng như trong các thỏa ước quốc tế mà Tiệp Khắc đã ký như thỏa ước Helsinki vào 1975.

Hiến Chương 77 cũng nói rõ mục đích của Hiến Chương là:

theo dõi những trường hợp cá nhân về vi phạm nhân quyền, đưa những đề nghị sửa sai, và đóng vai trò trung gian giữa chính phủ và những cá nhân bị áp bức.

Đến cuối năm 1977, có khoảng 800 người ký tên vào Hiến Chương, trong số đó có một số ghi là công nhân. Hiến Chương đã được phổ biến trong lãnh thổ Tiệp Khắc theo kiểu chuyền tay.

Gustáv Husák đã phản ứng mạnh mẽ đối với bản Hiến Chương này. Những người ký tên đã hoặc bị bắt giam hoặc bị đuổi việc. Báo chí đã được nhà nước vận dụng để tấn công Bản Hiến Chương một cách hạ cấp. Dân chúng bị bắt buộc phải ký tên vào những bản lên án các thành phần phản động của Hiến Chương 77.

Trong khi đó, cảnh sát và công an đã hành động hoàn toàn đúng như những gì bản Hiến Chương đã nêu: bắt người vô cớ, lục soát bất hợp pháp, hạch hỏi và tra tấn trái phép. Giáo sư Jan Patočka, một người nổi tiếng và có uy tín, bị cảnh sát mời đến thẩm vấn và một tuần lễ sau thì ông ta chết. Václav Havel bị bắt bốn tháng thì được thả. Đến cuối năm, ông vào tù trở lại và lần này, ông bị kết tội chống chính phủ.

Những cuộc đàn áp như vậy kéo dài trong suốt năm 1978 và số người ký tên vào Hiến Chương vẫn tăng lên. Vào tháng 4 năm đó, một nhóm trí thức khác thành lập một ủy ban để bảo vệ những người đã bị xét xử trái phép. Họ đòi chế độ Husák phải đưa những người bị bắt ra xử công khai. Chế độ đã phản ứng bằng cách đưa hết những trí thức này vào nhà giam. Từ đó, Phong Trào Hiến Chương 77 yếu đi hẳn. Tuy nhiên, những kẻ đã tham dự vào Hiến Chương 77 vẫn tiếp tục cuộc phản kháng của họ bằng cách này hay cách khác.

MÙA ĐÔNG PRAGUE

Tháng 8/1989, Tadeusz Mazowiecki của Công Đoàn Đoàn Kết thành lập chính phủ "không Cộng Sản" đầu tiên ở Ba Lan. Tháng 10/1989, Đảng Cộng Sản Hung Gia Lợi tuyên bố giải tán. Qua đầu tháng 11, Bức Tường Bá Linh bị phá vỡ.

Giữa một không khí đầy biến động như vậy ở Đông Âu, Tổng Bí Thư Đảng CS Tiệp Khắc, Miloš Jakeš, tuyên bố trong một đại hội thanh niên là Đảng sẽ không tha thứ bất cứ một cuộc xuống đường nào nhằm phản đối sự cầm quyền của Đảng và cũng sẽ không nới lỏng sự kiểm soát chính trị. Năm ngày sau, 15 ngàn sinh viên và thanh niên biểu tình chống chính phủ trên các đường phố ở Prague gần công trường Wenceslas. Cảnh sát đã thẳng tay đàn áp cuộc biểu tình và gây thương tích cho hơn 100 người.

Ngày 19/11/1989, Václav Havel và những đồng chí của ông thuộc nhóm Hiến Chương 77 cùng với một số sinh viên, nghệ sĩ và công nhân họp nhau tại tầng dưới của một hí viện lâu đời nhất Âu Châu, hí viện Lanterna Magica. Họ thành lập Diễn Đàn Công Dân, đóng vai trò của một tổ chức chính trị đối lập. Đầu tiên, họ lên tiếng yêu cầu trừng phạt những kẻ đã ra lệnh đàn áp biểu tình và đòi hỏi tất cả những lãnh tụ Cộng Sản có trách nhiệm đàn áp phong trào Mùa Xuân Prague phải từ chức. Miloš Jakeš đã bác bỏ những yêu sách này. Sau đó Václav Havel cầm đầu Ủy Ban gồm 18 người, tổ chức cuộc biểu tình ở công trường Wenceslas vào ngày 20 để hậu thuẫn cho những đòi hỏi của họ.

Hầu hết những nhạc sĩ, ca sĩ hát dân ca, nhà văn, lực sĩ và cả những tu sĩ, đã tiếp tay với ông vận động biểu tình để biến Diễn Đàn Công Dân thực sự trở thành phong trào quần chúng bên cạnh tư cách của một tổ chức chính trị. Hơn 200 ngàn người đã tụ họp tại công trường Wenceslas. Những cuộc biểu tình tương tự đã xảy ra trên những thành phố khác. Diễn Đàn Công Dân đã đưa ra yêu sách đòi bầu cử tự do và đòi Husák, Jakeš và những lãnh tụ cực đoan phải từ chức. Đến lúc này, Ủy Ban Lãnh Đạo Đảng không còn coi thường Diễn Đàn Công Dân chỉ như là sản phẩm của một số nhà văn và trí thức. Ngày 24/11, Jakeš và chín thành viên khác của Ủy Ban Lãnh Đạo từ chức. Karel Urbánek, một lãnh tụ ít tiếng tăm lên thay chức Tổng Bí Thư đảng. Ngày hôm đó, Alexander Dubček xuất hiện tại công trường Wenceslas, ông đã được mọi người hoan hô nhiệt liệt. Những người thuộc thế hệ ông đã khóc khi nghe lại tiếng nói của ông. Alexander Dubček đã im hơi lặng tiếng trong suốt 20 năm. Ông không ký tên vào Hiến Chương 77. Ông chỉ làm được hai cử chỉ nhỏ tạm tương xứng với vị thế của ông, đến thăm Václav Havel vào giữa năm 1989 khi nhà soạn kịch được thả ra khỏi tù và gởi lời mừng sinh nhật Đức Hồng Y František Tomášek, một người không được cảm tình của chế độ. Do đó, ông đã được chào mừng như một cựu lãnh tụ hơn là một lãnh tụ. Ông vẫn nhắc lại chủ trương "Xã Hội Chủ Nghĩa Với Bộ Mặt Nhân Bản". Nhưng, ở Mùa Đông Prague 89, câu nói này không còn tạo được một âm hưởng nào như 21 năm trước. Nhiều người có nghĩ đến một vai trò chuyển tiếp mà ông có thể đóng được, và chỉ có thế. Ông cũng không tỏ ra có một tham vọng nào. Ông ủng hộ Diễn Đàn Công Dân cùng với tất cả những đòi hỏi của họ.

Vì chế độ vẫn không chịu thỏa mãn tất cả những yêu sách của Diễn Đàn Công Dân, Václav Havel kêu gọi một cuộc Tổng Đình Công trong 2 giờ để cảnh cáo chế độ. Václav Havel đã thuyết phục được thợ thuyền nhập cuộc. Ngày 27/11/1989, hơn một triệu người Tiệp Khắc đã tham dự cuộc Tổng Đình Công ở Prague. Có cả một phái đoàn của những người mù xuất hiện tại công trường Wenceslas. Václav Havel thách đố chế độ hãy nhìn thẳng vào công trường để thấy đó như một cuộc trưng cầu dân ý bác bỏ tư cách lãnh đạo chính trị của Đảng Cộng Sản Tiệp Khắc. Những yêu sách cũ như bầu cử tự do được nhắc lại, và thêm vào những yêu sách mới như thay đổi nội các và giao những bộ quan trọng như Quốc Phòng cho những người không Cộng sản v.v... Dĩ nhiên, những đòi hỏi như vậy đã không được dễ dàng chấp nhận. Ký giả Jiří Dienstbier phát ngôn viên của Diễn Đàn Công Dân, một người đã ra vô nhà giam rất nhiều lần, tuyên bố với báo chí: *"Ở Tiệp Khắc, trong suốt 20 năm qua, mọi người đều biết rằng chế độ này không thể nào giải quyết được những khó khăn của đất nước. Nhưng mọi người vẫn sợ. Bạo lực và áp bức là những phương tiện chính để cai trị. Quyền hành đã được xây dựng từ đó và chỉ muốn được xây dựng từ đó. Vì vậy, những kẻ cầm quyền rất sợ nhượng bộ vì họ e ngại nếu nhượng bộ, quyền hành của họ sẽ tiêu tan".*[5]

Tuy nhiên, sau cùng, những kẻ cầm quyền có nhượng bộ.

Ngày 30/11, Quốc Hội Tiệp Khắc biểu quyết bãi bỏ tư cách lãnh đạo chính trị của Đảng CS Tiệp Khắc như đã ghi trong Hiến Pháp. Ủy Ban Lãnh Đạo Đảng tuyên bố sẽ tổ chức bầu cử tự do. Ngày 4/12, khối Warsaw chính thức công nhận: "Cuộc xâm lăng Tiệp Khắc năm 1968 là một quyết định sai lầm". Trong vòng một tuần lễ, Nội Các Tiệp Khắc thay đổi ba lần và cả ba lần, họ đều chưa đáp ứng được đúng những đòi hỏi trước đó của Diễn Đàn Công Dân. Dĩ nhiên, những kẻ cầm quyền còn muốn kéo dài quyền lực của họ.

Biến cố Mùa Đông Prague có thể vẫn chưa đến hồi kết cuộc. Tuy nhiên vấn đề đáng nói ở đây là sự thức tỉnh của dân tộc Tiệp Khắc. Để nói về sự thức tỉnh này, không có gì hơn là ghi lại một câu viết trên bức tường một hầm xe điện ngầm ở Prague: *"Chúng ta đã tập bay như chim và tập lặn như cá. Có phải đây là lúc chúng ta bắt đầu sống như những con người?"*[6]

*

Cuộc tranh đấu chống chủ nghĩa Cộng sản ở Tiệp Khắc mang một sắc thái đặc biệt ở Đông Âu: một cuộc tranh đấu kiên trì và thuần trí thức. Mục đích chính được nhìn qua các Tuyên Ngôn hay sách vở của họ, không nói rõ là họ chống chủ nghĩa CS mà chỉ nói là chống bất cứ một chế độ, một thế lực hay một chủ trương nào nhằm áp đảo hay tước đoạt những quyền căn bản của con người. "Chống Cộng" do đó chỉ được hiểu như một hệ quả đương nhiên từ mục tiêu chính.

Cái lợi của cách tranh đấu này là dù có hiểu được thâm ý của họ, những kẻ cầm quyền cũng khó tìm thấy một cái cớ thật chính đáng tiêu diệt họ cách tàn bạo. Thêm vào đó, với sự can đảm, với ý chí sắt đá, với tài năng, và với ý thức cao độ về trách nhiệm của một người trí thức đối với dân tộc, họ đã tạo được một sức mạnh đủ cho cuộc tranh đấu tồn tại trong suốt hơn 30 năm cho đến khi cơ hội đến, họ chộp lấy được ngay, và chỉ trong 10 ngày họ đã đạt được những gì mà Ba Lan mất đến 10 năm.

Nhược điểm của cách tranh đấu này là làm cho họ xa rời quần chúng. Những tác phẩm văn học hay nghệ thuật của họ mặc dầu vẫn làm cho quần chúng say mê thưởng thức, nhưng quần chúng phục họ hơn là thấy họ với quần chúng là một. Về điểm này, trí thức Tiệp Khắc đến mãi mùa Đông 89 mới đạt được cái mức mà trí thức Ba Lan đã đạt từ 1976, khi tổ chức Bảo Vệ Công Nhân (KOR) ra đời để tạo một liên minh với Thợ Thuyền. Chính vì vậy mà trong suốt hơn 30 năm, người trí thức Tiệp Khắc khá lẻ loi trong cuộc tranh đấu của họ.

Nếu không có sự thành công của cuộc cách mạng Ba Lan cùng với những biến động mới nhất phát sinh từ những chủ trương Perestroika và Glasnost ở Liên Xô, không chắc những trí thức Tiệp Khắc đã làm nên được lịch sử. Trong trường hợp này, những kẻ cầm quyền sẽ tiếp tục cô lập họ như những kẻ cầm quyền ở Ba Lan đã làm đối với trí thức Ba Lan trước 1976. Trường hợp của Tiệp Khắc còn thuận lợi hơn cho kẻ cầm quyền vì Tiệp Khắc có nhiều tài nguyên, dân số ít và hưởng được một truyền thống tốt về phát triển kỹ nghệ từ trước thế chiến nên thợ thuyền hưởng một mức sống vật chất tương đối đầy đủ. Do đó, sẽ rất khó cho người trí thức thuyết phục thợ thuyền làm những điều có thể nguy hại đến đời sống bình thường của họ.

Dù sao, mỗi nước có một hoàn cảnh riêng, người trí thức Tiệp Khắc có thể đã tiến hành cuộc tranh đấu của họ bằng cách tốt nhất mà họ có thể làm được. Riêng đối với những nhà văn Tiệp Khắc, những người đã ý thức trách nhiệm của mình là phải nói lên tiếng nói lương tâm của đất nước, họ đã làm được những điều mà những đồng nghiệp của họ ở những nơi khác, dù trong hoàn cảnh thuận lợi hơn, đã không làm được. Đây cũng là lý do cắt nghĩa tại sao nhà văn Tiệp Khắc luôn luôn có một chỗ đứng cao trong lịch sử của nước họ.

Một điều cuối cùng cần được nói đến với lòng khâm phục là trình độ dân trí của Tiệp Khắc. Gần một triệu người xuống đường lật đổ một chế độ mà họ đã chán ngấy, vậy mà vẫn giữ được kỷ luật và tự chế đến độ gần như không có một điều đáng tiếc xảy ra. Thêm vào đó là một ý thức chính trị vượt bực. Hoan hô Dubček nhưng cũng hiểu ra rằng Dubček đã không theo kịp thời cuộc. Nếu sau này, tổ chức Diễn Đàn Công Dân đạt được những mục tiêu tranh đấu của họ, chắc chắn phần lớn phải là nhờ ở tinh thần kỷ luật và ý thức chính trị cao của người dân Tiệp Khắc.

Maryland, tháng 12 năm 1989

Chú thích:

[1] Nhiều nhà nghiên cứu, trong đó có Tad Szulc, đề nghị xem ngày đăng tải *"Bài Thơ Cho Người Trưởng Thành"* như là ngày đầu của cuộc tranh đấu trí thức cho cả Đông Âu, không riêng gì cho Ba Lan hay Tiệp Khắc. (Xem tác phẩm đã nêu ở chú thích [2].

[2] Szulc, Tad. *"Czechoslovakia Since World War II"*, New York: The Viking Press, 1971.

[3] Nyrop, Richard. *"Czechoslovakia: A Country Study"*, Washington, D.C.: The American University/Area Handbook Series, 1982.

[4] Doerner, William. *"Our Time Has Come"*, Time, Dec. 4, 1989.

[5] Harden, Blaine. *"Czechoslovakia to End Communist Monopoly"*, The Washington Post. Nov. 29, 1989.

[6] Kamm, Henry. "Spirit of 1968 is still alive, still distinct", The New York Times, Nov. 30, 1989.

Người Đọc Sách Với Cái Thật, Cái Giả Trong Văn

Gần đây, trong những tranh luận về chuyện có hay không có một phong trào văn chương phản kháng tại quốc nội, một số luận cứ hay tiêu chuẩn đã được trình bày nhằm làm nền tảng thẩm định sự có, không hay thật, giả của một phong trào văn chương. Tôi sẽ không bàn đến trong bài này là "có hay không có một phong trào văn chương phản kháng tại quốc nội" hay "cái tính phản kháng của những tác phẩm thuộc phong trào đó thật hay giả, và nếu thật, thì phản kháng đến đâu". Tôi chỉ muốn trình bày một quan điểm của cá nhân mình, một người đọc sách, về một số thái độ, luận cứ, hay tiêu chuẩn phán đoán mà tôi nghĩ là cần được xét lại. Tựu trung, những điều tôi trình bày sẽ quy tụ quanh cái liên hệ giữa những sáng tác văn học với những người đọc sách cùng với vị trí và khả năng của họ trong việc nhận diện cái thật, giả trong văn.

Chúng ta thường nghe nói đến những bản tuyên ngôn hay thông điệp chính trị xây dựng trên sự gian dối hay phát sinh từ những tham vọng cá nhân đã lường gạt được cả một hay nhiều thế hệ. Nhưng, không mấy ai nghe nói đến khả năng lường gạt có tính quy mô của một sáng tác văn học. Lý do có thể rất đơn giản: những sáng tác văn học muốn đạt giá trị cao về nghệ thuật khó thể được xây dựng trên những suy nghĩ và cảm xúc không thật. Và, nếu vì lý do nào đó, người cầm bút xây dựng tác phẩm của mình trên sự gian dối, cái gian dối đó sẽ rất khó đánh lừa được cùng một lúc khối óc và con tim của người đọc sách. Ngoại trừ trường hợp người đọc sách là một người chưa trưởng thành, hoặc, trong cả đời anh ta, anh chỉ đọc được độc nhất có một loại sách. Người Cộng sản biết rõ điều đó. Họ biết được rằng những sáng tác xây dựng trên sự gian dối mà họ muốn phổ biến không có khả năng chinh phục người đọc nên chỉ còn có cách là dùng bạo lực ngăn chặn không cho người dân của họ đọc bất cứ loại sách vở nào khác. Đốt sách vở hay tịch thu sách vở không do Cộng sản xuất bản là những chuyện thường thấy ở Việt Nam sau ngày 30/4/1975. Tuy nhiên, kết quả đã hoàn toàn không như ý muốn của họ. Sách vở tuyên truyền cho chế độ Cộng sản không chinh phục được lòng người. Dân chúng vẫn công khai hay lén lút đọc sách của những tác giả không Cộng sản. Và, tùy hoàn cảnh, tùy tài năng, và ở những mức độ khác nhau, người viết có lương tri vẫn tìm cách bày tỏ được với người đọc những suy nghĩ hay cảm xúc chân thật của mình.

Thực tế là như vậy, nhưng không phải người chống Cộng nào cũng đồng ý với nhau là người Cộng sản đã thất bại trong việc sử dụng văn chương như một vũ khí tuyên truyền cho chế độ. Một số người chống Cộng, vì không tin rằng Cộng sản đã thất bại trong lãnh vực này, nên cảm thấy có nhu cầu phải bảo vệ người đọc, nhất là người đọc ở hải ngoại, chống lại những ảnh hưởng không tốt của sách vở Cộng sản. Không ai dám bảo thiện ý bảo vệ người đọc như thế này là sai quấy. Điều sở dĩ phải nói đến ở đây là thường khi những phương thức được áp dụng hay những thái độ bày tỏ đã đi quá đà để phạm đến những lỗi lầm không nhỏ. Lỗi lầm ở mức độ trí thức như, để biện minh cho quan điểm của mình, đã nêu ra những luận cứ dựa trên những sự kiện không đúng với sự thực. Lỗi lầm ở mức độ nhân bản như, không tỏ được sự độ lượng tối thiểu với đồng bào đã sinh ra hoặc lớn lên trong chế độ Cộng sản không do sự lựa chọn của họ, đòi hỏi quá nhiều cái khí phách và lòng hy sinh của người khác mà quên nghĩ đến cái khí phách và lòng hy sinh của chính mình. Lỗi lầm ở mức độ ý thức như, coi thường sự hiểu biết về Cộng sản và trình độ phán đoán chính trị của đồng bào mình ở hải ngoại, xem họ như những trẻ thơ cần ngăn cản không cho lại gần đống sách cấm. Lỗi lầm ở mức độ chiến lược và chiến thuật như, thay vì khai thác tận cùng bất mãn của những người đang phục vụ chế độ, lại tìm mọi cách chứng minh rằng những người này thật ra rất thương yêu chế độ, và dùng những từ ngữ không tốt đẹp dành cho họ khiến cho những đồng bào lớn lên trong chế độ Cộng sản nhưng có sự tự trọng và kiêu hãnh rất bình thường về khung cảnh trưởng thành của mình, cho dù bất mãn chế độ đến đâu cũng sẽ khó cảm thấy thoải mái để đứng chung chiến tuyến với những người đã trưởng thành trong một hoàn cảnh xã hội khác. Và, tệ hại nhất là lỗi lầm ở mức độ lý tưởng như, nhân danh lý tưởng tự do để tước đoạt tự do của người khác.

Có rất nhiều điều cần xét lại. Tuy nhiên, trong giới hạn của phần trình bày ở đây, tôi sẽ chỉ bàn đến những vấn đề liên hệ đến tương quan giữa người đọc sách và cái thật, giả trong văn. Điều tôi muốn bàn đến trước tiên là một luận cứ khá phổ biến cho rằng phong trào Nhân Văn Giai Phẩm vào năm 1956[1] mới đích thực là một phong trào phản kháng vì có tính cách tự phát, trong khi đó phong trào "văn chương phản kháng" được bàn đến ở thời điểm này chỉ là một phong trào văn nghệ cởi trói do Nguyễn Văn Linh khởi động, sách của họ được phép xuất bản, họ vẫn được tiếp tục ăn lương, và chưa có ai ở tù.

Tôi muốn khẳng định ở đây một điều. Đó là, phong trào Nhân Văn Giai Phẩm đích thực là một phong trào phản kháng. Tuy nhiên khi khẳng định điều này tôi chỉ có thể dựa trên nội dung của chính những tác phẩm văn chương của phong trào đó. Sự khẳng định sẽ không hợp lý nếu đòi hỏi thêm yếu tố là phong trào đó phải có tính tự phát chứ không được quyền nương theo những khe hở của một chủ trương chính trị nào đó rồi mới bùng lên sự phản kháng. Sự khẳng định cũng sẽ không hợp lý nếu dựa trên sự kiện là sách của phong trào đó được xuất bản công khai hay xuất bản chui, và hoàn toàn trở nên khôi hài nếu dựa vào yếu tố là những nhà văn phản kháng phải thất nghiệp, chứ không được lãnh lương. Thực tế, trong suốt hai năm kể từ lúc khởi đầu vào 1956 đến khi chấm dứt vào 1958, những nhà văn thuộc Nhân Văn Giai Phẩm là những người có lãnh lương và tất cả những bài văn thơ mà chúng ta có được hiện nay đều xuất hiện trên những báo chí xuất bản công khai. Tuy nhiên, điều tôi muốn nói ở đây là cái luận cứ cho rằng phong trào Nhân Văn Giai Phẩm có tính tự phát để dựa vào đó phủ nhận tính phản kháng của phong trào văn chương hiện tại là một luận cứ không phản ảnh sự thật.

Nếu xét đến những vụ nổi dậy quy mô và có tính dây chuyền trong thế giới Cộng sản, chúng ta phải nghĩ đến hai mẩu thời gian: 1956 và 1989. Ở cả hai, sự nổi dậy đều khởi đi từ Đông Âu. Ở 1956, vụ nổi dậy thất bại sau khi bị đàn áp nặng nề và có những trường hợp đẫm máu như cuộc nổi dậy ở Budapest (Hung Gia Lợi) và Poznan (Ba Lan). Ở 1989, sự nổi dậy không bị đàn áp ở Đông Âu, ngoại trừ Romania, cuối cùng thành công ở Đông Âu, và ảnh hưởng dây chuyền của nó còn tiếp tục tung hoành ở các quốc gia còn lại trong khối Cộng sản, kể cả Liên Xô. Có một điều giống nhau ở hai cuộc nổi dậy. Đó là, sự nổi dậy sở dĩ có được và lớn mạnh được là nhờ nương theo một chủ trương chính trị có tính cởi trói của Liên Xô. Ở 1956, đó là chủ trương xét lại của Khrushchev. Ở 1989, đó là Perestroika và Glasnost của Gorbachev.

Trở lại biến cố 1956. Một năm trước đó, *Bài Thơ Cho Người Trưởng Thành* của nhà thơ Ba Lan, Adam Ważyk, xuất hiện trên tạp chí Văn Hóa Mới ở Warsaw, ngày 21/8/1955, như một phát súng đầu tiên của cuộc cách mạng trí thức Đông Âu. Bài thơ đó đã làm thức tỉnh những người cầm bút có lương tri trong toàn thế giới Cộng sản. Ngay sau đó, văn nghệ sĩ ở các quốc gia Đông Âu bắt đầu đòi hỏi quyền sáng tác theo lương tâm của người cầm bút. Sự đòi hỏi sở dĩ không bị đàn áp mạnh vào lúc đó cũng một phần do chủ trương nới lỏng chính trị tương đối ở Liên Xô sau khi Khrushchev lên cầm quyền nhằm giải tỏa phần nào những bất mãn quá lớn tích tụ trong suốt thời kỳ Stalin. Đến tháng 2/1956, Khrushchev chính thức hạ bệ Stalin và ban hành chủ trương xét lại. Tháng Ba năm đó, tuyển tập Giai Phẩm Mùa Xuân xuất bản tại Hà Nội trong đó có một bài thơ nổi tiếng của Trần Dần, bài *Nhất Định Thắng*, đã gây tức tối cho những người cầm quyền Cộng sản. Tuy nhiên, phong trào Nhân Văn Giai Phẩm chỉ thực sự bắt đầu ồ ạt sau khi Giai Phẩm Mùa Thu tập 1 do cụ Phan Khôi chủ trương ra mắt vào ngày 29/8/1956 và bán nguyệt san Nhân Văn số 1 ra đời ngày 15/9/1956. Như vậy, cả hai cùng xuất hiện sau hoặc cùng lúc với đợt học tập đầu tiên về chủ trương xét lại của Liên Xô do Hà Nội phát động vào tháng 8 năm đó, sau khi đặc sứ Mikoyan của Khrushchev đến Hà Nội vào tháng 4 để giải thích chính sách này, cũng như sau khi Mao Trạch Đông ban hành chính sách Trăm Hoa Đua Nở ở Trung Quốc, và sau khi những tạp chí phản kháng tương tự ở Đông Âu, như tạp chí *Tháng Năm* của Tiệp Khắc ra đời vào tháng 5 năm đó. Cuối cùng, cũng giống như số phận của những nhà văn phản kháng khác trong thế giới Cộng sản, những nhà văn phản kháng Việt Nam đều bị đàn áp. Phong trào Nhân Văn Giai Phẩm kéo dài được hai năm, kể cả thời gian họ viết cho tạp chí Văn, tạp chí chính thức của Hội Văn Nghệ do Đảng Cộng Sản Việt Nam (lúc đó còn gọi tên là Đảng Lao Động Việt Nam) thành lập. Một điều không lấy gì làm hãnh diện nhưng cũng cần phải được nhắc lại ở đây, là trong suốt thời gian hai năm đó, kể từ lúc phong trào được khởi xướng cho đến lúc hoàn toàn bị triệt hạ, những người cầm bút ở miền Nam Việt Nam đều im tiếng, mặc dù lúc đó miền Nam có đường dây theo dõi những sinh hoạt ở miền Bắc và các nhật báo ở miền Nam, như tờ Tự Do, có một mục đặc biệt hằng ngày nói về các sinh hoạt ở miền Bắc. Nhưng, khi các nhà văn của nhóm Nhân Văn Giai Phẩm thua cuộc và đa số phải viết bài nhận tội, thì một số nhà văn miền Nam lên tiếng phê bình họ là thiếu khí phách. Điều may mắn là một năm sau đó, nghĩa là ba năm sau khi phong trào Nhân Văn Giai Phẩm bắt đầu xuất hiện, cuốn sách đầu tiên và duy nhất của miền Nam viết về biến cố này một cách quy mô, do cụ Hoàng Văn Chí soạn, xuất bản ở Sài Gòn[2]. Kể từ đó, miền Nam chính thức công nhận Nhân Văn Giai Phẩm đích thực là một phong trào văn chương phản kháng tại miền Bắc.

Thật rất dễ đánh giá một phong trào phản kháng sau khi nó đã kết thúc. Thật rất dễ ca ngợi một người hùng sau khi biết chính xác người đó đã thực sự ngồi tù hay đã nằm yên trong lòng đất. Cái khó khăn là sự can đảm nhận diện những sự việc như vậy trong khi nó đang xảy ra. Đó là điều mà chúng ta đang làm ở đây khi cố gắng nhận diện những gì đang thực sự xảy ra trên quê hương. Và đặc biệt, trong trường hợp này, cố gắng nhận diện và đánh giá một dòng văn chương tại quốc nội. Nhận diện và đánh giá một cách nghiêm chỉnh và can đảm. Có thể bực dọc và dè dặt nhưng cũng có thể thương yêu và nhạy bén. Có thể lo âu nhưng cũng có thể hy vọng. Và, tôi cũng đồng ý với rất nhiều người là có rất nhiều cái "có thể" ở đây nữa. Có thể những nhà văn như Dương Thu Hương, Nguyễn Huy

Thiệp, Nguyễn Dậu, Phạm Thị Hoài... chỉ là một "lũ văn nô" làm công việc tuyên truyền cho chế độ. Có thể là cái phong trào văn chương phản kháng này chỉ là một thứ "phản kháng quốc doanh" do Nguyễn Văn Linh bày ra. Nhưng để biện minh hay phủ nhận những cái "có thể" đó, người đọc sách phải trực diện với chính tác phẩm. Truyện Kiều hay, dở là do cái giá trị từ tự thân của tác phẩm và ở nơi người đọc có cảm nhận được cái hay, dở đó không. Không ai bảo truyện Kiều hay, dở là vì lúc tạo dựng nên tác phẩm vĩ đại này, cụ Nguyễn Du có dan díu với ai không, và lúc đó, cụ thích vua Lê hơn, hay chúa Trịnh hơn, hay người hùng Nguyễn Huệ hơn, hay cụ được ai mớm ý cho, hay cụ có lãnh lương hay thất nghiệp.

Nguyễn Văn Linh mời gọi mọi người tham dự vào các chương trình đổi mới cũng giống như Gorbachev và các lãnh tụ Cộng sản Đông Âu mời gọi dân họ tham dự vào Perestroika và Glasnost hay những chương trình đổi mới tương tự. Dĩ nhiên, không phải những người lãnh đạo Cộng sản này bỗng dưng trở nên nhân ái mà chỉ vì đó là cách duy nhất để bảo toàn được quyền lực của đảng họ càng nhiều càng tốt, hay ít ra, cũng bảo toàn được sinh mạng cho chính họ. Đây không phải là chuyện đổi mới theo đúng nghĩa của nó mà chỉ là một trò chơi chính trị mới, ít nguy hiểm hơn cho cả đôi bên. Những người phản kháng chế độ Cộng sản ở Đông Âu chấp nhận tham dự trò chơi này không phải là vì họ nhẹ dạ, mà vì họ tin rằng đó là một cơ hội lớn để họ phục hồi sức mạnh và cuối cùng họ có thể đánh gục chế độ. Và họ đã tính đúng. Những đòi hỏi lúc đầu của họ rất khiêm nhường, chỉ đòi hỏi thực thi hoặc phản kháng chế độ đã không thực thi đúng những hứa hẹn của chủ trương đổi mới. Để rồi, sau khi có thêm hậu thuẫn quần chúng và sau khi củng cố được lực lượng, họ đòi thêm, và cứ thế, họ đòi cái cuối cùng, tức sự hủy bỏ vai trò lãnh đạo chính trị của Đảng Cộng sản để xây dựng một chế độ chính trị đa nguyên. Có thể có người muốn chủ trương đòi hỏi cái cuối cùng ngay lập tức. Tuy nhiên, cho đến nay, chỉ thấy phương thức đầu thành công mà không thấy phương thức sau thành công.

Cơn bão chính trị 1989 khác hẳn cơn bão chính trị 1956. Nhiều người lại thích lấy cái phản ứng của người Cộng sản ở 1956 để đánh giá phản ứng của người Cộng sản ở 1989 cũng như khư khư đòi đem cái phương thức chống Cộng đã thất bại ở 1956 áp dụng vào chuyện chống Cộng ở 1989 mà lờ đi cái phương thức mới vừa thực sự mang lại thành công. Ở quanh thời điểm 1956, uy tín của nhà văn phản kháng Nga, Boris Pasternak, bị triệt hạ và ông ta liên tục bị khủng bố tinh thần cho đến khi chết. Ở 1989, uy tín của Pasternak hoàn toàn được phục hồi ở Nga, sách của ông được nhà nước xuất bản và được ca tụng không hết lời. Và, khi người trí thức phản kháng Sakharov từ trần, ông trùm Cộng sản Gorbachev cũng đã biết ngỏ lời ai điếu rất "bi thương". Cho nên, thật khó dựa vào phản ứng của người Cộng sản ở 1989, hay sau đó, để nhận diện cái thật, giả của một nhân vật phản kháng hay một phong trào phản kháng. Một ngày nào đó, có thể Nguyễn Văn Linh là đạo diễn chính cho những vở tuồng bắt bớ hay ca ngợi một số nhân vật nào đó đúng theo những mưu toan nào đó của ông ta. Những giả, thật sẽ lẫn lộn với nhau, và nếu chúng ta không bằng cái thông minh của chính mình để đánh giá từng trường hợp, từng con người mà chỉ xem Nguyễn Văn Linh bỏ tù ai thì hoan hô và thăng chức ai thì đả đảo, thì coi chừng, chính chúng ta sẽ phải trả một giá quá đắt cho chính thái độ chính trị đơn giản đó.

Việt Nam không nhất thiết phải giống Đông Âu. Nguyễn Văn Linh có thể gian manh hơn Gorbachev. Những Nguyễn Huy Thiệp, Dương Thu Hương, Trần Văn Thủy... có thể chỉ là những "văn nô", và văn chương của họ đầy rẫy những gian dối. Nhưng, để đánh giá cái dòng văn chương đó, để nhận diện những gian dối đó trong văn, anh phải trực tiếp nhìn vào tác phẩm của họ. Và, phải chính anh, người đọc sách, bằng khối óc của anh, bằng con tim của anh, anh đánh giá được cái thông minh hay ngu xuẩn của người viết và cảm nhận được cái xúc động chân thành hay giả dối của họ. Và, có thể, anh sẽ đồng ý với một người phê bình văn học là Nguyễn Huy Thiệp, Dương Thu Hương quả thật tài hoa, và Trần Mạnh Hảo với tác phẩm Ly Thân thì chỉ có phản kháng mà thiếu văn chương. Cũng như, có thể anh sẽ không đồng ý với một nhà phê bình nào đó coi Hoàng Phủ Ngọc Tường cũng là một nhà văn phản kháng vì anh nhận ra rằng văn chương của ông Tường còn kém cỏi và chứa đầy rẫy mặc cảm. Dĩ nhiên, anh vẫn có thể lầm. Nhưng, thà anh trả giá cái lầm lẫn cho sự thiếu thông minh, thiếu sắc bén của chính anh, còn hơn là phải trả giá cái lầm lẫn cho sự nô lệ một cách máy móc vào phản ứng có tính toán của kẻ thù, hay cho cái ngu xuẩn của người khác.

Việt Nam có thể không giống như Đông Âu. Nhưng nhìn vào những diễn biến chính trị đang tiếp tục xảy ra trên toàn thế giới kể từ 1989, ta có thể tiên đoán là Việt Nam có nhiều xác suất để giống Đông Âu hơn là giống A Phú Hãn. Và tự thâm tâm, tôi mong Việt Nam sẽ không là A Phú Hãn. Không phải tôi sợ súng đạn. Cũng không phải tôi sợ đẫm máu. Nhưng, nếu ở Đông Âu, tôi đã thấy được sự thành công của những người chống Cộng thì ở A Phú Hãn, cho dù với nhân lực và vũ khí dồi dào như vậy, hiện thời không mấy ai tiên đoán được ngày nào những người chiến đấu cho tự do và dân chủ sẽ tiến vào thủ đô Kabul của họ trong vinh quang. Ở Tiệp Khắc, không một giọt máu đổ. Ở A Phú Hãn, máu đổ hằng ngày và cuộc đổ máu lớn nhất lại không phải do đánh nhau với kẻ thù mà lại do thanh toán nhau trong nội bộ, khi một lực lượng kháng chiến quân phục kích tiêu diệt toàn bộ một lực lượng kháng chiến quân khác không cùng hệ phái. Tuy nhiên, lý do chính để tôi mong Việt Nam giống như Đông Âu hơn là vì, khi thẳng thắn với chính mình, tôi thực sự không tin là sức mạnh của chúng ta còn là sức mạnh ở súng đạn nữa, trong khi sức mạnh súng đạn của kẻ thù vẫn y nguyên đó. Sức mạnh của chúng ta là ở cái đầu và con tim. Chính những ý thức về văn minh, về tiến bộ, về tự do, về dân chủ, cùng với khát vọng được sống một đời có phẩm cách của một con người ở thời đại này đã đánh gục chủ nghĩa Cộng sản ở Đông Âu, chứ không phải là súng đạn. Nhưng, nếu muốn đánh gục Cộng sản như ở Đông Âu thì không thể quên được tầm quan trọng của các phong trào phản kháng, bao gồm văn chương phản kháng, cùng với ý thức trách nhiệm và trình độ hiểu biết của người dân. Nếu dân trí Việt Nam thật cao, tình trạng Việt Nam sẽ gần với Tiệp Khắc. Nhưng, nếu dân trí thấp, tình trạng của Việt Nam sẽ gần với Romania hay tệ hơn. Đọc sách và tự do lựa sách để đọc là một phương cách để nâng cao dân trí. Còn hơn thế nữa, đó là một nhu cầu không thể thiếu và không nên thiếu, trong đời sống tinh thần của mỗi con người.

Đối với người Việt Nam đang sống đời lưu vong ở hải ngoại, trong một hoàn cảnh mà những nghi kỵ đối với tất cả những gì xuất phát từ quê hương vẫn còn quá lớn, thì những sáng tác văn chương phải nằm trong số những sản phẩm tinh thần được dụng đến trước tiên. Bởi vì, cái gian dối ở đâu tôi không dám nói, cái gian dối trong văn rất khó đánh lừa được ai.

Maryland, tháng 3 năm 1990

CHÚ THÍCH:

[1] Về các chi tiết liên quan đến Nhân Văn Giai Phẩm, tác giả dựa vào cuốn Trăm Hoa Đua Nở Trên Đất Bắc do Mặt Trận Bảo Vệ Tự Do Văn Hóa xuất bản tại Sài Gòn năm 1959. Trưởng ban biên tập là Hoàng Văn Chí. Về các chi tiết liên quan đến các phong trào phản kháng ở Đông Âu trước 1970, tác giả dựa vào cuốn "Czechoslovakia, Since World War II" của Tad Szulc, do The Viking Press (New York) xuất bản.

[2] Trong thực tế, có thể có những cá nhân đã lên tiếng về biến cố này trong thời gian đó. Tuy nhiên, con số này chắc phải rất ít để không tạo được một âm vang nào đáng kể để có thể xem là một sự cộng hưởng của giới cầm bút miền Nam đối với phong trào phản kháng ở miền Bắc.

Sách Hai Mươi Năm Qua, 1945-1964: Việc Từng Ngày của Đoàn Thêm (nhà xuất bản Xuân Thu ở California tái bản) có ghi nhận biến cố Quỳnh Lưu và một cuộc biểu tình lớn ở Sài Gòn ngày 13/11/1957 kỷ niệm một năm Ngày Quỳnh Lưu. Trong sách, có rất nhiều ghi nhận dành cho biến cố Budapest cũng như phản ứng của miền Nam về biến cố này. Chẳng hạn, ngày 9/11/1956, hội Nạn Nhân Cộng Sản Việt Nam gửi Tổng Thư Ký Liên Hiệp Quốc một bức thư viết bằng máu ủng hộ cuộc khởi nghĩa Hung Gia Lợi. Sau đó, ngày 28/11 và 11/12/1956, lần lượt gửi tặng tỵ nạn Hung Gia Lợi số tiền hai triệu rưỡi đồng Việt Nam và bảy chục ngàn Mỹ kim. Cuốn sách ghi rất đầy đủ những chuyện từng ngày liên hệ đến đời sống chính trị và xã hội Việt Nam. Ghi đủ, từ việc thành lập Hội Văn Bút Việt Nam ngày 21/10/1957, đến việc Đại Tá Townsend được gặp người yêu tại Clarence House ngày 26/3/1958. Nhưng vẫn không có một ghi nhận nào dành cho Nhân Văn Giai Phẩm hay phản ứng của miền Nam đối với Nhân Văn Giai Phẩm từ ngày phong trào này khởi xướng cho đến khi kết thúc. Tuy nhiên, sau khi phong trào kết thúc, có vài ghi nhận về phong trào này, kể cả việc các đoàn thể Văn Hóa Sài Gòn ra tuyên ngôn ngày 15/6/1958 Bảo Vệ Tự Do Văn Hóa, chống lại chính sách đàn áp văn hóa của Hà Nội. (Xem các chương 1956, 1957 và 1958).

Giáo Dục Việt Nam: Những Vấn Đề Căn Bản

Trong suốt hơn một thập niên qua, những vấn đề giáo dục của Việt Nam thường là những đề tài gây tranh luận trên báo chí. Hầu hết đều ghi nhận truyền thống hiếu học của học trò Việt Nam và sự hy sinh của bố mẹ cho việc giáo dục con cái họ. Sinh viên Việt Nam tốt nghiệp ở các trường giỏi trong nước khi ra nước ngoài tiếp tục học ở các trường cấp trên thường đạt thành công không mấy khó khăn. Thế nhưng, khi nhìn vào chương trình giáo dục của Việt Nam hiện nay và theo dõi báo động của các nhà giáo dục trong nước, khó có thể phủ nhận một thực tế là giáo dục tại Việt Nam đang có vấn đề, ở mức độ khủng hoảng. Khủng hoảng hiện diện trong rất nhiều lãnh vực khác nhau của giáo dục. Tình trạng bất cập, yếu kém trong chất lượng giáo dục và việc xem nhẹ hình thành nhân cách cũng đã được ghi nhận trong một báo cáo thẩm tra của Quốc hội [1]. Vấn đề còn lại là làm sao giải quyết những khủng hoảng đó dựa trên điều kiện thực tế của Việt Nam.

Bài viết này chú trọng vào những vấn đề liên quan đến mục tiêu căn bản của giáo dục. Để có được một cái nhìn bao quát và khách quan, trước hết tác giả xét đến kinh nghiệm của một vài nước Á Châu đã từng có những điều kiện kinh tế, văn hóa, xã hội tương tự. Tiếp đó, tác giả liên hệ đến trường hợp Việt Nam và phân tích những sai lầm căn bản trong giáo dục hiện thời, nói chung, và trong chương trình giáo dục trung tiểu học cũng như ở đại học, nói riêng. Sau cùng, đưa ra một số đề nghị giải quyết những sai lầm đó.

GIÁO DỤC TẠI MỘT SỐ NƯỚC Ở Á CHÂU

Singapore, Đại Hàn, Đài Loan là một số nước Á châu đã từng trải qua những kinh nghiệm tương đối giống Việt Nam. Nhìn quá trình phát triển giáo dục của họ trong nửa thế kỷ qua, ta có thể bắt gặp những vấn đề tương tự. Tuy nhiên, vấn đề đó của họ xảy ra ở những thời điểm sớm hơn. Ta cũng có thể nhìn thấy cách giải quyết của họ khác Việt Nam và quyết tâm của họ cũng khác. Bên cạnh, cũng có những vấn đề rất giống nhau, nhất là những vấn đề có cội rễ từ hàng ngàn năm phong kiến, từ hàng ngàn năm ở cửa Khổng sân Trình, từ cả trăm năm thuộc địa, và từ khát vọng vươn lên bằng con đường ngắn nhất và hợp với truyền thống nhất: con đường học vấn. Từ đó, sự giống nhau rõ nét nhất vẫn là khuynh hướng tập trung quyền kiểm soát giáo dục vào tay nhà nước, và khuynh hướng của một số đông thường coi nặng giáo dục như con đường tiến thân mà xem nhẹ mục tiêu chính của nó. Điều này luôn luôn tạo nên tranh cãi, và cách giải quyết khôn ngoan vẫn là làm sao áp dụng mô hình giáo dục của các nước tiên tiến Tây phương một cách thích nghi.

Mục tiêu của giáo dục, về căn bản, không khác nhau. Đi vào thực tế, sự phát triển hay trì trệ trên mỗi mục tiêu thay đổi tùy thuộc hoàn cảnh và mức độ phát triển của quốc gia. Trong số ba quốc gia nói trên, Singapore có lẽ là quốc gia xác định những nét căn bản trong nền giáo dục của họ rõ nhất và chú trọng đặc biệt vào việc giáo dục công dân họ trên những giá trị này. Sau đây là vài nét chính trong nền giáo dục đó:

- *Nhiệm vụ của giáo dục là phát triển cá nhân và giáo dục công dân.*
- *Sự phát triển cá nhân phải toàn diện, bao gồm cả đức, trí, thể, mỹ và tính xã hội.*
- *Giáo dục đào tạo con người có ý thức trách nhiệm với bản thân, gia đình, và bè bạn.*
- *Giáo dục đào tạo con người có ý thức trách nhiệm với cộng đồng và đất nước.*

Để làm tốt nhiệm vụ nói trên, các cơ quan giáo dục phải giúp trẻ em khám phá những tài năng riêng biệt của chúng, ý thức rõ tất cả tiềm năng và phát triển lòng đam mê học hỏi cho suốt cả cuộc đời. Hệ thống giáo dục của Singapore uyển chuyển, dễ điều chỉnh để thích nghi với những thay đổi của xã hội và đáp ứng với những đòi hỏi ngày càng cao của quần chúng. Hệ thống đó cung ứng nhiều lựa chọn cho học sinh, tạo thói quen đặt câu hỏi khi học, khuyến khích khả năng tự học, phát triển khuynh hướng suy nghĩ về những cái mới và độc đáo. [2]

Điều cần ghi nhận trong giáo dục toàn diện, không riêng gì cho Singapore, là phần đức dục phải bao hàm tính trung thực, trong sáng, hồn nhiên; phần trí dục phải bao hàm khả năng suy tư độc lập và tôn trọng sự khác biệt; phần mỹ dục phải bao hàm khả năng sáng tạo và khả năng làm đẹp cuộc đời; và phần giáo dục tính xã hội phải bao hàm khả năng biết tôn trọng tính đa dạng của cộng đồng và xã hội. Chúng ta sẽ trở lại những điều ghi nhận này khi bàn về những vấn đề căn bản trong giáo dục của Việt Nam.

Dành nỗ lực triệt để nhất cho giáo dục là Đại Hàn [3]. Những vấn đề về giáo dục luôn là đề tài sôi nổi của giới truyền thông và hầu hết dân chúng tin tưởng rằng *tài nguyên quý báu nhất của họ là nguồn nhân lực được đào tạo qua hệ thống giáo dục*. Những thành tựu của Đại Hàn trong bốn thập niên qua đã chứng minh lòng tin tưởng và quyết tâm của họ có cơ sở vững chắc. Hệ thống giáo dục của họ giúp đất nước phát triển nhanh vượt bực, nhưng sự phát triển nhanh vượt bực này ngược lại đòi hỏi những cải cách thích nghi của giáo dục, tạo nên những chính sách không ngừng đổi thay. Chỉ riêng về chế độ thi vào đại học, họ đã thay đổi ít nhất 20 lần kể từ 1945 đến nay.

Để có một cái nhìn cụ thể về quyết tâm của họ, ta thử nhìn vào vài sự kiện và vài con số. Sau đệ nhị thế chiến, quốc gia Triều Tiên thoát được sự đô hộ của Nhật nhưng lại bị chia làm hai, dọc vĩ tuyến 38. Đại Hàn là tên mới của phần đất phía nam, lúc đầu đạt một nền độc lập không trọn vẹn, theo chế độ Cộng Hòa, phụ thuộc lực lượng chiếm đóng Hoa Kỳ về quân sự và cả về ngân sách. Đến năm 1948, Đại Hàn vẫn chưa đủ tiền để thực hiện cưỡng bách giáo dục quá bậc tiểu học. Năm 1975, dù đang trong tình trạng bị đe dọa bởi một cuộc tấn công bằng quân sự từ phía bắc, họ đã dành 13,9% ngân sách quốc gia cho giáo dục. Đến năm 1986, tỉ lệ này tăng lên 27,3%. Kết quả là từ một nước mà tỉ lệ mù chữ là 78% vào năm 1945, đến cuối thập niên 80 chỉ còn 7%, và ngày nay Đại Hàn là một trong những quốc gia đạt tỉ lệ cao nhất về số học sinh tốt nghiệp trung học tiếp tục vào đại học, ngang hàng với Nhật và vượt cả Anh quốc.

Ngày nay, ưu tư hàng đầu của những người làm giáo dục của Đại Hàn không còn là những vấn đề căn bản, mà là những vấn đề ở cấp cao, những vấn đề đáp ứng với tham vọng của một quốc gia muốn tiến nhanh vào hàng đầu của thế giới. Họ đang dồn nỗ lực để xây dựng một nền giáo dục của thời đại toàn cầu hóa, với tiêu chuẩn quốc tế. Những chính sách cải cách của Đại Hàn ngày nay chắc chưa áp dụng thích hợp lắm vào trường hợp Việt Nam. Tuy nhiên, thái độ quyết liệt và cách giải quyết khôn ngoan đối với những khó khăn của họ rất đáng được ghi nhận khi nhìn lại những vấn đề của giáo dục Việt Nam ngày nay.

Quan trọng nhất vẫn là thái độ xem phát triển giáo dục là ưu tiên hàng đầu, rồi nỗ lực triệt để thực hiện thật tốt ưu tiên đó, như đã trình bày trên đây. Trong thực hiện, họ nghiên cứu cẩn thận, uyển chuyển, và táo bạo. Thử nhìn vài thí dụ:

1. Giáo chức được xã hội coi trọng và hưởng lương tương đối cao so với các quốc gia khác. Do đó, các chương trình đào tạo giáo chức đã thu hút được thành phần học sinh ưu tú (thuộc hàng 5% đầu của thành phần tốt nghiệp trung học).
2. Mặc dầu chính phủ Đại Hàn có khuynh hướng kiểm soát chặt chẽ hệ thống giáo dục, năm 1999 tổng thống Kim Đại Trọng đã ra lệnh hợp thức hóa nghiệp đoàn giáo chức. Từ đó, đoàn viên của nghiệp đoàn bắt đầu tham dự vào các quyết định làm chính sách và điều hành hệ thống giáo dục quốc gia. Nói khác đi, kể từ đó hệ thống giáo dục của họ đã được dân chủ hóa.
3. Trước 1985, chế độ "dạy kèm ngoài giờ học chính thức" khá phổ biến. Tình trạng này giúp nhiều giáo chức có khả năng kiếm thêm thu nhập đáng kể và giúp học sinh các gia đình giàu có cơ hội để đạt điểm số cao và nhiều khả năng được thu nhận vào các đại học tốt. Tình trạng này gây nên một bất công lớn cho xã hội. Một chính sách cải tổ được đề xuất vào khoảng giữa thập niên 80, ngăn cản và trừng phạt việc dạy kèm đồng thời tăng lương giáo chức. Đến cuối thập niên 80, hiện tượng dạy kèm gần như biến mất.
4. Đại Hàn chủ trương một chính sách tiếp thu giáo dục nước ngoài một cách cởi mở và bạo dạn. Con số du sinh tăng 20 lần từ 1971 đến 1999, từ 7.632 người lên 154.219 người. Cũng vào năm đó, 130 trong tổng số 156 đại học bậc bốn năm đã kết nghĩa với 2.130 đại học nước ngoài thuộc 110 quốc gia khác nhau. Trong số này, 640 là các đại học ở Hoa Kỳ.

5. Sinh viên đại học không chịu sự kiểm soát về chính trị của Bộ Giáo dục. Ngay từ thời Tổng thống Lý Thừa Vãn, mà nhiều người vẫn coi như một nhà độc tài của Đại Hàn, sinh viên vẫn thường xuyên biểu lộ phản ứng chính trị của họ. Chính nhờ sự độc lập về chính trị này cùng với những trang bị cao về chuyên môn mà sinh viên Đại Hàn có những suy nghĩ độc lập, lòng tự tin và niềm kiêu hãnh đáng nể. Ngày nay đại học Đại Hàn đang tiến dần đến sự tự trị hoàn toàn, giống như đại học của các nước Tây phương, đặc biệt là Hoa Kỳ.

KHỦNG HOẢNG CỦA GIÁO DỤC VIỆT NAM HIỆN NAY

Nhìn toàn thể, trường học Việt Nam đào tạo khá tốt về các môn khoa học tự nhiên và một số ngành kỹ thuật. Khuyết điểm, nếu có, trong các lãnh vực này, có thể được khắc phục tương đối dễ dàng. Khủng hoảng căn bản của giáo dục Việt Nam nằm ở mô thức giáo dục và những chính sách liên quan đến mục tiêu hàng đầu là phát triển con người toàn diện. Nói khác đi, nó liên hệ đến mục tiêu phát triển những giá trị chính như **sự trong sáng, khả năng sáng tạo, tư duy độc lập, và ý thức tôn trọng sự khác biệt**, v.v…

Một nền giáo dục thực sự phát triển con người toàn diện không thể là một nền giáo dục nhằm phục vụ một chế độ, một quan điểm chính trị, một tập thể lãnh đạo, một giai cấp, một tôn giáo, v.v… Lỗi lầm quan trọng nhất trong giáo dục Việt Nam lại nằm ở điểm này. Ở miền Bắc trước khi chiến tranh chấm dứt, và ở cả nước trong khoảng gần 20 năm tiếp theo đó, nó là một nền giáo dục của xã hội chủ nghĩa, nó không chấp nhận những mô hình xã hội khác, những tư duy khác. Bên cạnh đó nó là một nền giáo dục mang tính giai cấp, dành đặc quyền giáo dục cho một thành phần của xã hội. Ngày nay, tính giai cấp quả thật đã giảm đi. Riêng về các môn học như Triết học Mác-Lê-nin, Chủ nghĩa khoa học xã hội, Lịch sử Đảng, Tư tưởng Hồ Chí Minh, v.v… dù thực tế cho thấy sự thất bại không thể chối cãi của mô hình xã hội chủ nghĩa, chúng vẫn còn là những môn học bắt buộc và chiếm một thời lượng không nhỏ trong chương trình học và cả trong thi cử [4]. Dù rằng, không phải đến bây giờ mà đã hơn mười năm trước đây, các môn học này đã được xem là những môn mà *"thầy không muốn dạy, trò không muốn học"* [5]. Sự bắt buộc này kéo theo một vấn nạn khác của giáo dục: buộc học trò chấp nhận và sống với sự giả dối và bất công. Nhất là bất công với những triết thuyết khác, những đóng góp trí tuệ khác trong suốt quá trình phát triển của nhân loại. Theo Quốc Việt, "Việc đưa lịch sử đảng cộng sản, chứ không phải lịch sử quốc gia và dân tộc thành một môn học bắt buộc là một việc không những đi ngược lại với yêu cầu của xã hội mà còn phản lịch sử, phản dân tộc, và phản tiến bộ." [6]

Ngoài sự bắt buộc giảng dạy các môn chính trị và triết học nói trên, phương pháp giáo dục của Việt Nam nói chung còn chịu ảnh hưởng nặng nề của một mô thức giáo dục mà Ngô Tự Lập gọi là mô thức áp đặt [7]. Công bình mà nói, mô thức áp đặt vẫn có một vị trí quan trọng của nó trong giáo dục, nhất là giáo dục ở bậc tiểu học, và phần nào ở trung học, với điều kiện nó chỉ là một phần của phương pháp giáo dục mà mô thức chính chú trọng vào việc gợi ý để học sinh phát triển óc sáng tạo và khả năng tư duy độc lập. Dùng phương pháp áp đặt như một mô thức chính cho giáo dục như trong trường hợp Việt Nam hiện nay hoàn toàn không hợp lý cho sự phát triển một nền giáo dục tiên tiến trong điều kiện toàn cầu hóa và thời đại của bùng nổ thông tin. Ngược lại, nó đang biến nền giáo dục này trở thành lạc hậu, dù nhìn trên mặt nổi, lượng thông tin trong các chương trình học ở Việt Nam nhiều hơn chương trình giáo dục của nhiều quốc gia tiên tiến. Theo Hà

Thư Sinh (HTS), thế hệ của ông "đã lớn lên trong một nền giáo dục thiếu vắng những nguyên tắc căn bản như trung thực và sáng tạo" [8]. Chương trình giáo dục được cải cách và áp dụng từ vài năm nay không cho thấy thế hệ kế tiếp sẽ không còn đưa ra một nhận xét tương tự.

Một sai lầm căn bản khác của giáo dục Việt Nam là tính đồng phục trong giảng dạy. Ở Việt Nam, chỉ có một loại sách giáo khoa của nhà nước. Điều này không thấy có ở nước Pháp, nước Mỹ, và cả ở miền Nam Việt Nam trước đây. Trên nguyên tắc, thầy giáo phải theo đúng chương trình của Bộ Giáo dục, nhưng mỗi thầy giáo có khả năng tiếp cận và truyền đạt riêng và chỉ dạy giỏi với cách tiếp cận đó, cách truyền đạt đó. Mặt khác, một nền giáo dục tốt không thể là một nền giáo dục mà hàng triệu học sinh tốt nghiệp ngoài việc tiếp thu những bài vở giống hệt nhau, còn có cách nhận định, suy diễn như nhau và nói năng giống nhau. Thật ra, hiện nay vẫn còn nhiều quốc gia tập trung quyền soạn sách giáo khoa trung, tiểu học vào Bộ Giáo dục như trường hợp Việt Nam. Tuy nhiên, vấn đề của họ sẽ nhẹ hơn nếu việc soạn thảo công phu, có chất lượng cao, và sách giáo khoa được thay đổi và cập nhật nhanh. Những điều kiện này hiện nay Việt Nam đang thiếu. Nhiều sai lầm trong sách giáo khoa được phát hiện và khả năng cập nhật của Việt Nam lại rất chậm.

Sau cùng, giáo dục không thể là một thứ ghetto, hay một tháp ngà mà phải gắn liền với đời sống của xã hội. Nó ảnh hưởng lên xã hội và xã hội ảnh hưởng lên nó. Ảnh hưởng tiêu cực nguy hiểm nhất mà xã hội tác động vào giáo dục là những tệ đoan và tính phi nguyên tắc của xã hội. Thực tế của xã hội Việt Nam khó cho thấy khả năng cân bằng những ảnh hưởng tiêu cực này bằng những ảnh hưởng tích cực, ít ra trong tương lai gần. Ảnh hưởng tích cực lớn nhất mà mọi người đều nhìn thấy là sự hỗ trợ của gia đình trong việc giáo dục của con cái. Xuất phát từ ảnh hưởng của Nho giáo và truyền thống dân tộc, các gia đình Việt Nam thường mang lại cho học đường sự hỗ trợ và hy sinh đáng kể trong việc giáo dục con cái họ. Nhưng nếu giáo dục chỉ dừng lại ở những giá trị đào tạo chuyên viên và viên chức, thì không khéo, những hỗ trợ và hy sinh này chỉ còn lại mục tiêu là giúp tạo cơ hội tiến thân. Hiện nay, ý thức trách nhiệm của cá nhân với cộng đồng chưa được phát triển đúng mức trong học đường như một trong những mục tiêu chính của giáo dục. Nó gần như chưa có được bao nhiêu sức mạnh cần thiết để học đường ảnh hưởng tốt lên xã hội, để cuối cùng giữa học đường và xã hội có những ảnh hưởng hỗ tương, như có thể nhìn thấy ở Singapore, ở Đại Hàn, hay Đài Loan ngày nay. Hay cả mười hay hai mươi năm trước đây.

Những trình bày sau đây liên quan đến một số vấn đề đang được bàn cãi nhiều nhất trong việc giảng dạy ở trung, tiểu học và ở đại học.

Những người đang ở ngoài nước, nếu nhìn vào nội dung các sách giáo khoa dành cho học sinh tiểu học ở Việt Nam hiện nay, không khỏi không kính phục. Nhưng sau đó, suy nghĩ lại, thái độ thay đổi ngay. Chương trình giảng dạy quá nặng, hướng về nhồi sọ, nhồi thông tin hơn là giáo dục thật sự. Thầy cô giáo không thể có đủ thời giờ giảng dạy tất cả với thời lượng cho phép ở trường. Không kể, với thực tế về trình độ hiểu biết nói chung của giáo chức hiện nay, thật khó để tin rằng họ có đủ khả năng truyền đạt tốt một nội dung như vậy. Đồng thời, rất khó để tin rằng những đầu óc non nớt của các em ở lứa tuổi tiểu học có thể tiếp thu rồi tiêu hóa phần nội dung đó một cách dễ dàng. Hậu quả là hầu như tất cả học sinh đều phải đi học thêm.

Một chương trình giáo dục như vậy dễ cướp đi sự hồn nhiên, và từ đó làm giảm sự phát triển trí thông minh của tuổi trẻ Việt Nam. Giáo sư Hoàng Tụy đã đưa ra những nhận xét sâu sắc và đáng báo động khi ông phân tích và so sánh giáo dục của Việt Nam với giáo dục của Đức. (Theo kết quả khảo sát công bố trên một tạp chí Đức ngày 8/8/2002 thì trình độ học vấn của học sinh tiểu học ở Hà Nội cao hơn ở Munich, nhưng học sinh Đức có phần thông minh hơn).[9]

Khi trao đổi với một số nhà giáo dục từ Việt Nam sang, tôi thường được nghe sự than phiền của họ về tình trạng giảng dạy ở đại học Việt Nam hiện nay. Câu kết luận thường giống nhau: đại học Việt Nam đang còn là một loại trường trung học cấp bốn. Dĩ nhiên, chương trình học có cao hơn ở trung học nhiều, phương tiện giảng dạy có đầy đủ hơn ở trung học và cả ở đại học trước đây, sinh viên tốt nghiệp ra nước ngoài học tiếp không khó khăn lắm (nếu xuất thân từ các trường giỏi trong nước). Điểm then chốt ở đây là đại học Việt Nam đang thiếu vắng những nét quan trọng nhất để phân biệt một trung học cấp bốn với một trường đại học. Đó là: **quyền tự do phát biểu của sinh viên; sự bình đẳng giữa thầy trò trong trao đổi tri thức, trong tranh luận; và một môi trường để trưởng thành như một trí thức thực sự, không chịu ảnh hưởng bởi những áp lực chính trị bên ngoài khuôn viên đại học.** Không phải sinh viên nào khi ra trường đều trở thành một trí thức, nhưng mục đích của đại học phải là để đào tạo trí thức và giúp sinh viên có khả năng độc lập để chọn lựa cách sống của mình. Kể cả sự lựa chọn không sống như một trí thức.

Để trưởng thành như một trí thức, sinh viên phải được khuyến khích có tinh thần sáng tạo, có suy nghĩ độc lập, có tính công bình, và ngoài những hiểu biết căn bản còn những hiểu biết đi sát với thực tế của đất nước và thực tế của một thế giới đổi thay nhanh đến chóng mặt. Ở đại học, nhiệm vụ của giáo sư không phải để tạo ra những phó bản của chính mình mà để giúp tạo nên những con người độc lập, có đóng góp đặc thù và có chất lượng, càng khác mình càng tốt. Ở đại học, thái độ phản kháng của sinh viên với những mẫu mực phải được xem là chuyện thường tình. Tôi không biết hiện nay có bao nhiêu sinh viên Sư phạm Việt Nam dám viết những luận văn kiểu như đặt vấn đề với một thái độ thẳng thắn là có nên giữ hay bãi bỏ giảng dạy các môn Triết học Mác-Lê-nin, hay đề nghị thay đổi mô hình chính trị hiện tại. Tôi cũng không biết có bao nhiêu sinh viên Văn học Việt Nam dám viết một luận án đại loại như cho rằng các tác phẩm của Võ Phiến phải được đánh giá cao và coi như một đóng góp lớn cho nền văn học của dân tộc, chỉ vì sinh viên đó tin vào sự công bình với mọi nhà văn bất kể khuynh hướng chính trị và tin vào khả năng phán đoán về văn chương của chính mình. Tôi cũng rất khó biết có bao nhiêu giáo sư đại học Việt Nam dám bảo trợ những luận án như vậy. Chính những cái "không biết" hay "khó biết" đó là những vấn đề quan trọng cho đại học Việt Nam, mà hầu như không thể nào trở thành vấn đề ở các đại học Tây phương.

VÀI ĐỀ NGHỊ

Giáo dục Việt Nam cần giảm bớt mô thức giảng dạy áp đặt và tăng cường mô thức gợi ý.

Cần giảm thiểu sự mệt mỏi của học sinh, nhất là học sinh cấp tiểu học. Đặc biệt, nên giảm bớt lượng kiến thức hay thông tin trong chương trình học. Nhắm đến một hành trình lâu dài hơn của con người. Không nên để họ gục ngã sớm về đầu óc.

Đặt nặng vào việc đào tạo giáo chức và dành những đãi ngộ đặc biệt cho họ. Trong trường hợp các nước đang phát triển như Việt Nam, giáo chức phải được tuyển chọn từ thành phần ưu tú nhất của đất nước. Trong thực tế, một thanh niên ở tuổi 18 mới bước chân vào đại học chưa có ý niệm gì về những vấn đề như yêu trẻ, như hết lòng đào tạo tốt những thế hệ tương lai của đất nước. Chỉ có lòng tự hào, sự đãi ngộ và vị trí xã hội mới lôi kéo được các sinh viên ưu tú nhất vào các trường

Sư phạm, gần giống như cái cách mà nước Pháp đã dành cho sinh viên trường Cao đẳng Sư phạm của họ, hay chính sách của Đại Hàn như đã trình bày trên đây. Điều này đòi hỏi một chính sách ưu đãi từ phía chính quyền và một thái độ yểm trợ tinh thần từ xã hội.

Đối với các trường đại học, ngoài việc áp dụng chương trình giảng dạy theo mô hình của các quốc gia tiên tiến tây phương, quyền tự trị đại học cần được ban hành cho đại học Việt Nam. Thiếu sự tự trị, đại học Việt Nam khó thể hoàn tất vai trò đào tạo trí thức của nó. Đây có thể là một liều thuốc đắng nếu chính trị xem đại học như một lực lượng đối kháng nguy hiểm. Nhưng, đây lại là một điểm chuyển hướng quan trọng để những thành phần tốt nghiệp đại học trong tương lai không mang mặc cảm nào với những đồng nghiệp ở các nước tiên tiến, đặc biệt ở các nước Á châu vốn trước đây có cùng điều kiện văn hóa, giáo dục, kinh tế với Việt Nam, như Đại Hàn và Đài Loan. Từ điểm chuyển hướng đó, họ mới có thể đóng góp cho đất nước bằng tất cả sức mạnh tinh thần, lòng hăng say và niềm kiêu hãnh của họ. Đừng nên quên một thực tế này, một sinh viên Việt Nam nếu bằng cách nào đó ra khỏi nước, vào học các trường đại học của Tây phương, khi trở về (ngay cả khi quyết định ở lại ngoài nước) thường được coi trọng hơn là nếu anh ta chọn ở lại với trường đại học trên quê hương. Sự kính trọng đó phát sinh từ những điều kiện về giáo dục mà sinh viên đó được hưởng ở nước ngoài, bao gồm những điều kiện mà anh ta hoàn toàn bị từ chối nếu chọn ở lại trên quê hương. Đây là một bất công rất khó giải thích.

Đề nghị sau cùng, và có lẽ là đề nghị quan trọng nhất, là nhà nước Việt Nam nên xem phát triển **giáo dục toàn diện** là ưu tiên hàng đầu của quốc gia, xem nguồn nhân lực được đào tạo qua giáo dục là tài nguyên quý giá nhất của đất nước. Và, khi làm chính sách giáo dục nên đặt trọng tâm vào những mục tiêu lớn như đào tạo con người trung thực, có sáng tạo, có tư duy độc lập, biết tôn trọng sự khác biệt, v.v… bên trên sự chuyển giao tri thức. Và, phải quên đi những gì thực sự không còn giá trị nữa.

Maryland, tháng 4 năm 2005

CHÚ THÍCH

[1] Nguyễn Lân Dũng, "Năm kiến nghị về giáo dục", tạp chí Kiến Thức Ngày Nay, TP Hồ Chí Minh, số ra ngày 1/11/2004.

[2] Tài liệu của Bộ Giáo dục Singapore, trên website http://www.moe.gov.sq.

[3] Tài liệu của Bộ Giáo dục Đại Hàn, trên website http://www.moe.go.kr/en/ (bài viết của Jeong-Kyu nhan đề "Globalization and Higher Education: A South Korean Perspective", bài viết của John C. Weidman nhan đề "Recent Trends and Developments in Education in the Republic of Korea") và tài liệu trên website http://www.country-studies.com/south-korea/.

[4] Quốc Việt, "Về Quyết định của Bộ Giáo dục và Đào tạo ngày 23/2/2004", Diễn đàn talawas ngày 2/3/2004 (phần Xã hội/Giáo dục).

[5] Lý Chánh Trung, "Thử tìm giải pháp cho một môn học mà thầy không muốn dạy, trò không muốn học", *Những Vấn Đề Việt Nam*, nxb Trăm Hoa, California 1992.

[6] Quốc Việt, bđd.

[7] Ngô Tự Lập, "Giáo dục, Trí thức và nửa đường còn lại", Diễn đàn talawas ngày 5/5/2003 (phần Xã hội/Giáo dục).

[8] Hà Thư Sinh, "Tôn trọng sự khác biệt", Diễn đàn talawas ngày 6/1/2005 (phần Xã hội/Giáo dục).

[9] Hoàng Tụy, "Những nghịch lý giáo dục", tạp chí Tia Sáng, Hà Nội, số tháng 9/2002.

Chiến Tranh Việt Nam Văn Học Việt Nam Hải Ngoại và Phía Bên Kia Thiên Đường

Phía Bên Kia Thiên Đường (The Other Side of Heaven) là tên một tuyển tập những truyện ngắn mang nội dung liên hệ đến chiến tranh Việt Nam do nhà Curbstone Press ở Connecticut xuất bản vào tháng 9/1995. Hiện diện trong tuyển tập có 18 nhà văn Hoa Kỳ, 12 nhà văn Việt Nam ở trong nước và 8 nhà văn Việt Nam hải ngoại. Ban biên tập gồm Wayne Karlin, Lê Minh Khuê và Trương Vũ.

Công trình được bắt đầu do sáng kiến của Wayne Karlin sau lần gặp gỡ với Lê Minh Khuê tại Boston vào tháng 6/1993, trong dịp Lê Minh Khuê cùng với hai nhà văn khác là Hữu Thỉnh và Nguyễn Quang Thiều đến thăm Hoa Kỳ trong một chương trình thăm viếng được bảo trợ bởi trung tâm William Joiner của Đại học Massachusetts. Tôi nhận lời mời của Wayne Karlin tham dự vào công trình này từ tháng 9 năm đó. Theo Gloria Emerson, "trong tuyển tập đặc sắc này, cuối cùng, 'kẻ thù' đã chia sẻ với chúng ta cái phần còn lại trong trí nhớ của họ mà trước đây chúng ta chưa hề được biết đến." Chữ 'kẻ thù' được dùng ở đây không dành riêng cho một phía nào của cuộc chiến.

Là một trong ba người biên tập, tôi không muốn làm công việc điểm sách mà chỉ muốn trình bày ở đây một vài khía cạnh liên quan đến động cơ và tiến trình hình thành tuyển tập. Cho cá nhân tôi, động cơ này không tách rời ra được những liên hệ của tôi với cuộc chiến tranh Việt Nam cũng như không tách rời ra được với sự hiểu biết của tôi về văn học Việt Nam hải ngoại. Trong đại hội thường niên của Hội Văn Hóa Mỹ (American Culture Association) thuộc Đại học Bowling Green, tổ chức tại Philadelphia vào mùa hè 1995, tôi được mời đọc một tham luận liên hệ đến việc tham dự của tôi vào công trình biên tập Phía Bên Kia Thiên Đường (PBKTĐ). Tôi tự chuyển ngữ để trình bày với độc giả Văn Học bài tham luận đó. Vì giới hạn của bài tham luận không cho phép nói hết những điều cần nói, tôi xin được trình bày thêm vài suy nghĩ cho có được một cách nhìn toàn diện hơn nhưng đồng thời cũng rất tản mạn về tuyển tập.

Tôi không liên hệ với cuộc chiến hoàn toàn như một người lính, mặc dầu có phục vụ hai năm trong quân lực Việt Nam Cộng Hòa. Gần như mỗi người Việt Nam tham dự hay chịu đựng cuộc chiến bằng một cách khác nhau. Tôi bắt đầu có ý thức mơ hồ về chiến tranh từ ngày chưa cắp sách đến trường, khi được tin chị tôi bị bắn chết trên một dòng sông nhỏ ở Hậu Giang. Tôi ý thức về sự hiện diện của nó rõ vô cùng một năm sau khi cuộc chiến đã chấm dứt, khi tôi đã là một thầy giáo, các con tôi hầu hết đều đã cắp sách đến trường, và tôi... ngồi một mình trong một trại tỵ nạn ở Phi Luật Tân nghĩ về những gì đã bỏ lại trên quê hương. Mười chín năm ở hải ngoại tôi dành nhiều thì giờ để đọc, viết và sống với thế giới chữ Việt như một đời sống thứ hai bên cạnh đời sống của một chuyên gia khoa học kỹ thuật. Tôi say mê đời sống thứ hai này, trong đó văn học Việt Nam hải ngoại chiếm một vị thế quan trọng và trong đó tôi nhận nhiều hơn là cho. Trong đống sách vở ngổn ngang ở hải ngoại, văn học Việt Nam - tôi muốn nói văn học thực sự với những người làm văn học thực sự - là một thế giới riêng, thật đặc biệt nếu đem so cái phong phú và đa dạng của nó với số lượng người còn thích văn chương Việt Nam nơi hải ngoại. Nhưng vẫn là một thế giới của văn học, người làm ra nó đam mê văn học và chất lượng đã đạt đến hoặc muốn đạt đến là chất lượng của văn học, không phải chỉ là một sinh hoạt chữ nghĩa chỉ nhằm đáp ứng những nhu cầu ngắn hạn của một cộng đồng tỵ nạn còn quá mới.

Một trong những niềm vui của tôi trong thời gian biên tập PBKTĐ là đã khám phá ra rằng có những người trẻ Việt Nam lớn lên ở Mỹ không nói được tiếng Việt thông thạo nhưng vẫn có thể hiểu và yêu văn chương Việt Nam nếu văn chương đó thật sự có chất lượng. Trường hợp của Thái Tuyết Quân chẳng hạn. Tuyết Quân rời Việt Nam khi còn rất nhỏ, học trung học và đại học ở Mỹ với những ngành học không liên hệ gì tới văn chương, nhưng lại rất mê văn chương Anh. Tuyết Quân tiếp xúc với văn chương Việt Nam lần đầu tiên khi tôi đưa cho Quân đọc những tác phẩm mà tôi bắt đầu chọn. Tuyết Quân đọc say mê và sau đó đưa ra những nhận định làm tôi kinh ngạc vì thật sắc bén như một người đã từng dạy Văn ở Việt Nam. Số lượng truyện ngắn tôi chọn đầu tiên khoảng gần hai mươi, trong số đó có truyện tôi biết rất sớm là khó thể đưa vào tuyển tập vì quá dài, tuy vậy Tuyết Quân vẫn tình nguyện dịch và dịch rất nghiêm chỉnh. Tôi hy vọng trong những ngày tới, những truyện ngắn đã được chuyển dịch này sẽ hiện diện trong một tuyển tập khác.

Lê Minh Khuê (LMK) tham dự công trình này với sự ủy

nhiệm chính thức của Hội Nhà Văn Việt Nam ở Hà Nội. Tôi tham dự với tính cách cá nhân. Wayne Karlin là người chịu trách nhiệm chung và cuối cùng về quyết định chọn lựa những bài do LMK và tôi đề nghị. Giữa tôi và LMK, từ lúc bắt đầu cho đến khi thành hình tuyển tập, không ai gây ảnh hưởng tới người khác về bất cứ một sự chọn lựa nào. Có một trục trặc giữa Wayne và LMK liên quan đến việc chọn lựa tác phẩm của Dương Thu Hương. Wayne đã tự ý chọn một đoạn trong Tiểu Thuyết Vô Đề để đưa vào tuyển tập mà không hội ý với LMK. Cuối cùng, khi sách bắt đầu cho in, Wayne phải rút lại quyết định đó. Tôi không hài lòng với chuyện đã xảy ra nhưng tôi cũng hiểu là thật khó để một công trình phức tạp và tế nhị như thế này được mọi điều hoàn toàn như ý. Càng không nên để một trục trặc làm hại cả công trình.

Cuốn sách có những hạn chế về đề tài cũng như vì muốn sắp xếp tất cả các truyện ngắn ăn khớp với bài thơ của George Evans, được dùng như một dàn bài cho sách, do đó có những truyện có giá trị văn chương của văn học hải ngoại đã không hiện diện được trong tuyển tập. Sự thiếu sót này cũng có thể do chính lỗi lầm của cá nhân tôi, và vì vậy tôi chỉ biết xin các tác giả một nụ cười thông cảm.

Nói chung, tôi hãnh diện với những tác phẩm có mặt trong tuyển tập. Hãy đọc và chúng ta sẽ thấy đóng góp của 38 nhà văn này quả thật là một đóng góp không nhỏ. Hãy đọc để thưởng thức, chia sẻ và đánh giá từng tác phẩm.

Dưới đây là phần chính bài tham luận của tôi, trình bày những khía cạnh khác của cuộc chiến, của đời sống Việt Nam sau cuộc chiến và những đóng góp cho đời sống do những kinh nghiệm rất khác nhau của nhà văn hay của trí thức nói chung, và về việc tham dự của tôi vào việc hình thành tuyển tập PBKTĐ.

*

Wayne Karlin đến thăm tôi vào một ngày cuối hè 1993. Tôi quyết định hợp tác với anh trong việc biên tập một tuyển tập những truyện ngắn liên quan đến cuộc chiến Việt Nam (lúc đó chưa ai nghĩ đến một cái tên cho nó), sau khi chúng tôi chia sẻ với nhau những ý nghĩ cá nhân về cuộc chiến như một nhà văn, một trí thức, và sau khi chúng tôi đồng ý với nhau về tiêu chuẩn chọn lựa tác phẩm. Hai tiêu chuẩn chính là *giá trị văn chương và nội dung thích hợp với đề tài chiến tranh Việt Nam của tuyển tập*. Thái Tuyết Quân, một cô gái Mỹ gốc Việt rất thông minh và nói tiếng Việt với giọng Mỹ, đã giúp tôi rất nhiều trong việc chuyển dịch ra tiếng Anh những truyện ngắn chưa từng được chuyển ngữ. Tuyết Quân trốn thoát khỏi Việt Nam bằng thuyền 15 năm trước đây, sau đó tốt nghiệp Cao Học về Công Vụ ở Princeton, và yêu văn chương Việt lẫn văn chương Anh.

Tôi say mê với công việc này. Tôi quý trọng tình bạn giữa Wayne với tôi cũng như giữa gia đình Wayne với gia đình tôi. Tôi mến anh về tài viết văn và đặc biệt sự đam mê mà anh đã dành cho văn chương. Tôi cũng xem Lê Minh Khuê như một người bạn tốt mặc dầu tôi chỉ gặp Lê Minh Khuê trong một thời gian rất ngắn vào mùa hè 1993. Nhưng quan trọng hơn hết đối với tôi là tinh thần của tuyển tập Phía Bên Kia Thiên Đường, nó liên hệ đến một ước mơ đã có từ lâu. Đúng ra không phải chỉ là một ước mơ mà còn là một bức xúc, không chỉ cho riêng tôi, mà cho rất nhiều, rất nhiều trí thức và văn nghệ sĩ Việt Nam trong suốt 50 năm qua.

Cuộc Cách Mạng Mùa Thu 1945 làm chấm dứt chế độ quân chủ tại Việt Nam và khởi đầu cho cuộc tranh đấu giành lại độc lập từ tay người Pháp có sự tham dự tích cực của đông đảo trí thức và văn nghệ sĩ. Chính họ mới là thành tố kích động được lòng yêu nước của cả dân tộc và tạo nên một không khí lãng mạn có khả năng nuôi dưỡng cuộc tranh đấu đầy gian lao trong nhiều năm tiếp theo. Tuy nhiên, khi ảnh hưởng của Chiến Tranh Lạnh tràn lan đến Đông Dương, tạo cơ hội cho Đảng Cộng sản Việt Nam độc quyền chính trị và thực hiện một chương trình cải cách ruộng đất theo kiểu Mao Trạch Đông, thì ảnh hưởng của trí thức và văn nghệ sĩ suy giảm tức thì để rồi gần như tan biến hoàn toàn khỏi sân khấu chính trị của đất nước này.

Cuộc chiến chấm dứt vào tháng 4/1975 vừa là nỗi đau vừa là hy vọng cho một số đông người Việt, đặc biệt những người đã kinh qua hàng thập niên chứng kiến, chịu đựng, hy sinh trong sự tàn phá của chiến tranh mà những mất mát lớn nhất thật ra là từ những "nồi da xáo thịt". Tuy nhiên, những gì xảy ra tại Việt Nam tiếp theo đó đã làm nản lòng rất nhiều người, đặc biệt là trí thức và văn nghệ sĩ. Hy vọng ấp ủ lâu nay về hòa giải dân tộc và về cơ hội tái thiết và phát triển xứ sở tàn lụi đi trước những thực tế mới: *quản lý kinh tế sai lầm, tham nhũng ở mọi cấp độ, vi phạm nhân quyền trầm trọng, hàng trăm trại học tập cải tạo, chiến tranh với Campuchia và Trung Quốc, cuộc vượt biển ào ạt và bi thảm, v.v...* Những thực tế này đã làm sống lại nơi họ một niềm tin cũ là chủ nghĩa Cộng sản là một giải pháp thất bại cho những vấn đề xã hội và con người của đất nước. Cũng từ đó, như trong quá khứ của hơn 30 năm trước, trí thức và văn nghệ sĩ Việt Nam ý thức được khả năng của mình có thể tạo sinh động và làm thay đổi nếp sống của xã hội. Ở trong hay ngoài Việt Nam, người ta bắt đầu chứng kiến những vận động trí thức.

Ở hải ngoại, trong vòng 3 năm sau khi những đợt di tản đầu tiên rời quê hương vào 1975, nhiều nhóm trí thức trẻ bắt đầu những nỗ lực tìm kiếm một giải pháp xã hội và chính trị cho Việt Nam. Hầu hết trong số này là chuyên viên, nhà giáo, văn nghệ sĩ, sĩ quan và viên chức cấp thấp của chính quyền miền

Nam cũ. Tham vọng của họ là mang lại Dân Chủ và Nhân Quyền cho Việt Nam không bằng những phương tiện bạo động mà bằng cách truyền đạt các ý niệm và kinh nghiệm về tự do. Các nhóm trí thức này tách rời nỗ lực của họ ra khỏi những tranh chấp cũ của giai đoạn trước 1975. Những vận động đầy tính lý tưởng này tan biến nhanh chóng sau khi nhiều biến cố chính trị liên tiếp xảy ra tại Việt Nam phát sinh từ một chính sách kỳ thị và trả thù những người trước đây có dính dáng đến chính quyền miền Nam, cùng với gia đình họ. Sử dụng bạo lực để lật đổ chế độ hiện tại ở Việt Nam trở thành một mục tiêu duy nhất được xem là chính đáng đối với nhiều người Việt ở hải ngoại, mặc dầu không mấy ai tin đây là một giải pháp khả thi. Trong một không khí như vậy, nhiều nhà văn, nghệ sĩ, chuyên viên vẫn tiếp tục dấn mình vào những sinh hoạt nhằm đạt mục tiêu lâu dài mà họ tin là thực sự cần thiết cho đời sống. Gần như mỗi nhóm có một diễn đàn riêng, thường là dưới hình thức một tạp chí. Trong số này, tạp chí *Văn Học* và tiền thân của nó là tạp chí *Văn Học Nghệ Thuật* có nhiều ảnh hưởng nhất trong việc nuôi dưỡng và phát triển văn học và cả văn hóa Việt Nam nói chung. Trong suốt hơn một thập niên, *Văn Học* là nơi gặp gỡ của rất nhiều nhà văn và học giả để nuôi dưỡng lòng đam mê của họ cho văn chương và nghệ thuật mà ở đó liên hệ khá phức tạp giữa những người Việt có khuynh hướng hay quá khứ chính trị khác nhau khả dĩ tìm được một hòa hợp. *Văn Học* cũng đã tạo được cảm hứng cho giới trẻ Việt lớn lên trong các quốc gia Tây phương phát triển năng khiếu của họ để trở thành nhà văn, nghệ sĩ, hay học giả của thế giới Việt ngữ hay văn hóa Việt. Những tài năng của văn học Việt Nam hậu chiến như Trần Vũ, Phan Thị Trọng Tuyến, Đỗ Kh., Nguyễn Thị Hoàng Bắc, Nguyễn Thị Ngọc Nhung, Trân Sa, Nguyễn Thị Thanh Bình, v.v… đều đăng tải những sáng tác đầu tiên của họ trên *Văn Học*. Trong số những nhà văn, nhà thơ trẻ thuộc thế hệ kế tiếp, có nhiều người khi bắt đầu nghiệp văn của họ, nói tiếng Anh trôi chảy hơn tiếng Việt.

Tại quốc nội, sinh hoạt trí thức ở miền Nam sau 1975 vẫn khác biệt với sinh hoạt ở miền Bắc. Ở miền Nam tình trạng sinh hoạt phức tạp hơn vì có sự hiện diện của các nhóm trí thức và văn nghệ sĩ rất khác nhau: 1. Trí thức và văn nghệ sĩ gia nhập hay hợp tác với Đảng Cộng sản hay Mặt Trận Giải Phóng, 2. Trí thức và văn nghệ sĩ thuộc thành phần phản chiến cũ, 3. Trí thức và văn nghệ sĩ chống đối chủ nghĩa Cộng sản, và 4. Trí thức và văn nghệ sĩ độc lập. Ba năm sau khi cuộc chiến chấm dứt, rất nhiều người thuộc nhóm thứ hai biểu lộ bất mãn của họ, tiếp theo sau một bài viết nổi tiếng của Nguyễn Ngọc Lan đăng trên tờ Đối Diện với tựa đề *"Hà Nội Tôi Thế Đó"*. Nhiều người trong nhóm thứ nhất, đặc biệt là những người thuộc Mặt Trận Giải Phóng, cũng bắt đầu lộ vẻ bất mãn. Nhóm thứ ba thì lúc nào cũng được xem là thành phần phản động. Những nhân vật như Doãn Quốc Sỹ, Đoàn Viết Hoạt, Nguyễn Đan Quế, Tuệ Sỹ, Trí Siêu, v.v… bị cầm tù ít nhất là 12 năm. Mặc dầu vậy, nhiều sáng tác văn học của họ vẫn lén lút chuyển được ra ngoài và xuất bản ở hải ngoại như *"Tắm Mát Ngọn Sông Đào"*, một tuyển tập của nhiều tác giả khác nhau, *"Đi"* của Hồ Khanh (tức Doãn Quốc Sỹ) và *"Hồi Ký"* của Nguyễn Hiến Lê.

Trí thức và văn nghệ sĩ miền Bắc, sau kinh nghiệm tàn bạo của vụ án Nhân Văn Giai Phẩm vào 1958, không còn muốn dính dự vào những vấn đề chính trị có tính chất tranh cãi. Tuy nhiên dầu muốn dầu không, sau 1975, họ phải chạm trán với một thực tế hoàn toàn trái ngược với những điều dự đoán. Những khác biệt quá lớn giữa cái *họ thực sự thấy* với cái *lẽ ra họ nên thấy* bắt đầu khiến họ chao đảo. Một số nhà văn và trí thức, trong đó có Nguyễn Minh Châu, Hoàng Ngọc Hiến và Nguyên Ngọc, công khai phát biểu sự bất mãn của mình đối với thực trạng của đất nước, đặc biệt trong lãnh vực văn học và nghệ thuật.

Khoảng cuối năm 1986, một vận động văn học, thường được gọi là *Phong Trào Văn Nghệ Phản Kháng*, được bắt đầu do những nhà văn, nhà thơ và trí thức muốn mang lại một sinh khí cho các sinh hoạt văn học nghệ thuật trong nước và thoát khỏi sự kiểm soát chặt chẽ của Đảng Cộng sản như lâu nay.

Những sáng tác đầu tiên thuộc phong trào *Văn Nghệ Phản Kháng* đã làm ngạc nhiên và xúc động một số trí thức và văn nghệ sĩ thuộc các cộng đồng Việt Nam hải ngoại. Tháng 4/1988, tạp chí *Văn Học* cho đăng tải bài nhận định đầu tiên về văn nghệ phản kháng ở trong nước cùng với một tham luận của Dương Thu Hương, *"Đôi Điều Suy Nghĩ Về Nhân Cách Của Người Trí Thức"*. Tiếp theo đó, *Văn Học* đăng tải một loạt những bài nhận định, phê bình, điểm sách về phong trào này. Những tên tuổi như Nguyễn Huy Thiệp, Dương Thu Hương, Phạm Thị Hoài, v.v… bắt đầu quen thuộc với độc giả ở hải ngoại. Tuy nhiên, vẫn có những công kích nặng nề cho rằng đây chỉ là một thứ phản kháng giả, và cho đến nay, sự tranh cãi về tính thật, giả của phong trào này vẫn chưa hoàn toàn chấm dứt tại hải ngoại. Dầu sao, càng ngày càng có nhiều người ở hải ngoại tin vào khả năng hàn gắn của văn chương. Đối với họ, văn chương là nơi ẩn náu đẹp nhất cho những người có quá khứ khác nhau nhưng cùng muốn nhìn tới trước có thể hòa hợp với nhau. Do đó, giải pháp tốt nhất cho những vấn nạn Việt Nam chỉ có thể có được với sự hiện hữu của một nền văn học thực sự, ở đó nhà văn làm đẹp được cuộc đời bằng những sáng tác của mình, chỉ viết những điều thực sự tin và không phải thỏa hiệp với một thứ quyền lực nào cho sự an toàn cá nhân, cũng như không thỏa hiệp cả với tính dễ dãi hay sợ hãi của chính mình.

Vào thời gian đó, đã có rất nhiều nỗ lực ở hải ngoại nhằm tạo một môi trường sinh hoạt văn học và nghệ thuật vượt trên những mâu thuẫn chính trị giữa những nhà văn ở trong hay ngoài nước, một môi trường để mọi người có thể đón nhận tác phẩm của người khác dựa trên giá trị văn chương của tác phẩm theo khả năng thẩm định văn học của chính mình chứ không theo định kiến. Lý tưởng nhất là làm sao khiến những thù hận của 30 năm huynh đệ tương tàn trở thành lịch sử để còn phải đương đầu với những vấn nạn hiện tại, dù có khác nhau nhưng không nhỏ chút nào cho cả người trong lẫn người ngoài nước. Việc hình thành và xuất bản tuyển tập *"Trăm Hoa Vẫn Nở Trên Quê Hương"* do 27 tác giả hải ngoại viết về 79 tác giả trong nước là một trong những nỗ lực này. Một nỗ lực đáng kể khác, rất cấp tiến và có ảnh hưởng lâu dài hơn, là sự ra đời của tạp chí *Hợp Lưu* ở California, phát hành hai tháng một lần.

Đến khoảng cuối năm 1989, phong trào Văn Nghệ Phản Kháng bắt đầu gặp phản ứng mạnh từ phía cầm quyền và từ phía một số văn nghệ sĩ thuộc cấp lãnh đạo chính trị. Đến cuối năm 1990, phong trào này mất hẳn khí thế của nó. Ngày nay cái phản kháng trong văn chương như chúng ta đã thấy như một phong trào lớn mạnh vào thời điểm từ 1986 đến 1989, thật sự không còn nữa. Tuy nhiên ảnh hưởng của nó trên những suy nghĩ trí thức trong nước vẫn còn đến ngày nay. Và nỗ lực của nhà văn trong hay ngoài nước nhằm tiếp tục truyền thông với nhau cũng như nhằm khai mở những biên cương mới về nghệ thuật, bồi dưỡng một môi trường thích hợp cho những sáng tạo trí thức, thì có thay đổi hình thức nhưng không phải hoàn toàn triệt tiêu.

Những khuôn mặt mới của văn chương trong nước thuộc thời kỳ *"hậu phản kháng"* như Lê Minh Khuê, Nguyễn Quang Thiều, Phan Thị Vàng Anh, v.v… tiếp tục xuất hiện trên các tạp chí ở hải ngoại, cùng với những tên tuổi cũ. Một nửa số bài vở đăng tải trên các tạp chí như *Hợp Lưu* và *Đối Thoại* là của những tác giả trong nước. Thế nhưng, sự hòa giải giữa người Việt với nhau, cho dù chỉ mới trên mức độ văn chương, chưa đạt được hết tinh thần của nó. Cho đến nay, vẫn chưa có tạp chí văn học nào ở trong nước đón nhận bài vở của những nhà văn hải ngoại giống như *Hợp Lưu* và *Đối Thoại* đang làm đối với những nhà văn trong nước. Trên một nghĩa nào đó, chiến tranh vẫn còn giữa người Việt với nhau, mặc dầu rằng là nhà văn, chúng ta thừa biết điều này quả thật là vô nghĩa.

Hai mươi năm phải được xem là một thời gian quá dài để chúng ta đủ nghị lực nhìn thẳng vào những hiềm khích và tự mình tiễn đưa chúng vào với lịch sử. Tôi tin rằng giấc mơ thật sự của một nhà văn phải là sáng tạo từ chất liệu của đời sống, bao gồm cả những thảm kịch, một cái gì mới và đẹp cho đời sống. Tôi mến Wayne Karlin do những gì anh đã cống hiến cho văn học, nhưng đặc biệt hơn hết, do nỗ lực của anh muốn bao gồm mọi tiếng nói từ mọi phía khác nhau của cuộc chiến trong cùng một tuyển tập, chỉ do một động lực là muốn bao gồm những tài năng văn học đã trải qua những kinh nghiệm, những đau đớn khác nhau cùng với những cách nhìn khác nhau về cuộc chiến. Tôi chia sẻ quan điểm đó. Nỗ lực trông thật đơn giản và hợp lý. Thế nhưng, trước Wayne Karly không có ai làm được công việc đó hoặc làm được cho thành công.

Tám nhà văn thuộc cộng đồng Việt Nam hải ngoại có tác phẩm tham dự trong tuyển tập. Năm người trong số này luôn luôn sử dụng tiếng Việt cho những sáng tác của họ. Khi cuộc chiến chấm dứt vào tháng 4/1975, người lớn tuổi nhất, Võ Phiến, đã là một nhà văn nổi tiếng ở Việt Nam, được kính trọng ở cả Nam lẫn Bắc. Người trẻ tuổi nhất, Trần Vũ, đang là một học sinh mới qua khỏi bậc tiểu học, còn hay đánh lộn trong trường như anh đã kể lại trong một bài tiểu luận. Qua tác phẩm của những nhà văn này, người đọc thấy được cuộc chiến Việt Nam - hay chính xác hơn, thảm kịch Việt Nam - dưới một phối cảnh khá rộng. Thảm kịch đã hiện diện tại đó, rất lâu trước khi những người lính Mỹ đầu tiên bước chân đến Việt Nam. Thảm kịch vẫn còn đó rất lâu sau khi những người lính Mỹ cuối cùng đã rời khỏi Việt Nam. Thảm kịch không chỉ hiện diện trên các bãi chiến trường, trên những sách lược nhà nước, trên những tranh chấp quyền lực, nó vào tận mỗi gia đình, len lỏi vào từng con người. Nó làm máu người Việt nhiễm độc.

Hai mươi năm! Thật vui mừng cho những người như tôi nhìn thấy một số nhà văn từ mọi phía của cuộc chiến cùng làm chung với nhau một cái gì đẹp đẽ cho đời sống, một cái gì không bao giờ có được trong chiến tranh. Hãy cùng với họ dạo chơi trên Vườn Thiên Đàng và xin hãy để chiến tranh lại cho địa ngục như một hình ảnh mô tả trong bài thơ của George Evans *"A Walk In The Garden Of Heaven"*, bài thơ được dùng làm nền cho tuyển tập.

Maryland, tháng 10 năm 1995

Nói Với Chàng Siêu

Dấu binh lửa, nước non như cũ
Kẻ hành nhân qua đó chạnh thương
Phận trai: già ruổi chiến trường
Chàng Siêu mái tóc điểm sương mới về [1]
(CHINH PHỤ NGÂM KHÚC)

Những năm gần đây, tôi gặp lại nhiều bạn bè cũ, những người mà vào tuổi thanh xuân có ít nhất một lần mơ ước được như tướng quân Ban Siêu của hai ngàn năm trước, một đời ruổi rong trên lưng ngựa. Khi gặp lại, tóc của bạn bè tôi đã điểm sương hay bạc xóa. Không được lãng mạn như trong ngâm khúc Chinh Phụ, tóc họ đổi màu không vì rong ruổi chiến trường mà chỉ vì ở trong tù năm tháng dài hơn ngoài đời.

Bạn bè tôi hầu hết đều có tuổi trẻ đầy ước mơ. Trong gần hai mươi năm qua, họ lại phải thu mình hoặc chịu đày đọa trong bẫy sập của thực tế. Thực tế thứ nhất là cái quân lực mà họ phục vụ không còn nữa. Thực tế thứ hai là dù quân lực đó không còn nữa và cuộc chiến đã chấm dứt, họ cũng vẫn phải sống trong lao tù. Thực tế thứ ba, làm cho đời sống lao tù của họ cay đắng hơn, nhục nhã hơn, là vì quân đội đó tan vỡ quá nhanh chóng, tan vỡ trong hỗn loạn, và gần như không có chống cự. Thực tế thứ tư là dù ở tuổi nào, con người cũng vẫn biết mơ ước, và thông thường, chỉ cảm thấy hạnh phúc khi những ước mơ có cơ thực hiện.

Ước mơ, hoang tưởng và giả dối là những cái hoàn toàn không giống nhau. Đời sống ở Mỹ hay ở những nước phương tây nói chung lại dễ cho phép những cái rất khác nhau này được sống lẫn lộn. Do đó, trước cùng một sự kiện, con người có những phản ứng hoàn toàn khác biệt. Người lạnh lùng, người thích thú, người phẫn nộ, người chua chát, người giễu cợt, v.v…

Tôi viết bài này cho những chinh phu của hai mươi năm cũ mà dấu binh lửa vẫn còn. Đặc biệt, cho những người phải bắt đầu lại cuộc đời ở mái tóc chàng Siêu. Dù ít dù nhiều, họ đều có những ước mơ. Nhọc nhằn hơn cả là phải lựa chọn ước mơ nào để thực hiện cho kỳ được và ước mơ nào nên quên đi. Sự lựa chọn này nhọc nhằn cho bất cứ ai khác, không riêng gì họ.

Cách đây hai tháng, nhận lời mời của một người bạn thuộc binh chủng Thủy Quân Lục Chiến Việt Nam Cộng Hòa, tôi đến dự dạ tiệc kỷ niệm ba mươi chín năm thành lập binh chủng này.

Mới vào, tôi chứng kiến những cảnh thật cảm động. Lần đầu tiên trong một buổi dạ tiệc, tôi nghe nhiều quan khách cùng hát theo bài quốc ca Việt Nam Cộng Hòa và hát trong xúc động. Nét mặt của các cựu quân nhân Thủy Quân Lục Chiến thuộc đủ lứa tuổi, thuộc nhiều hoàn cảnh khác nhau, khi đứng trình diện quốc kỳ, quân kỳ, cùng với tiếng hát của họ đã làm mọi người quên hiện tại. Một không khí hoài niệm bao trùm. Một không khí của tiếc thương, của tình đồng đội, và của định mệnh, thứ định mệnh dành cho những người lính mà loại tuổi xanh của họ đã khiến họ lựa chọn một binh chủng có khả năng đưa họ đến cái chết nhanh hơn.

Tối hôm đó còn có vẻ như một đêm đoàn tụ của nhiều bạn

bè xa cách lâu năm. Thời còn trẻ, họ cùng sống lăn lóc với nhau trong quân ngũ, trên chiến trường. Lúc đó, họ không khác nhau mấy. Ngày nay, gặp lại, mỗi người có một đời sống gần như hoàn toàn khác biệt. Có người đã rất thành công trong nghề nghiệp. Có người chưa rành ngôn ngữ mới, chưa biết làm gì để sống. Có người sống ở Mỹ từ 75. Có người trải qua gần mười lăm năm trong lao tù. Cùng tuổi nhau mà người này trông trẻ trung, nhanh nhẹn, còn người kia thì lụ khụ, tóc bạc, răng cỏ không còn. Có người sống khác hẳn đời sống cũ, đạo hạnh như một thầy tu. Có người vẫn hào hoa như ngày còn trong lính. Nhưng khi tiếng kèn chiêu hồn tử sĩ được thổi lên, trông họ thật giống nhau. Không phải chỉ vì họ khoác lại bộ quân phục cũ để trình diện quân kỳ, mà có lẽ vì trên tất cả, vào lúc đó, tình bạn, tình đồng đội, sự hồi tưởng về một tuổi trẻ đã mất và những bạn bè đã mất chế ngự mọi tình cảm của họ.

Phải chi cuộc đời ngừng lại ở đó và thời gian đóng khung ở đó.

Cuộc đời lại tiếp tục theo cách riêng. Bình thản. Bình thường. Và như thế hồn tử sĩ đã được mời gọi trở về trong không khí của một dạ tiệc. Có rất nhiều bài diễn văn và trình diễn văn nghệ giống như ở hầu hết các dạ tiệc có tính cộng đồng của Việt Nam. Khi dư âm của tiếng kèn chiêu hồn tử sĩ vẫn còn đâu đó và bài diễn văn của đại diện Thủy Quân Lục Chiến Việt Nam bắt đầu, thì những tiếng cười nói, giỡn cợt ồn ào cũng bắt đầu nổi lên. Cái ồn ào lên cao độ khi bài diễn văn cuối cùng chấm dứt và khi ban tổ chức chuẩn bị tiễn đưa quốc, quân kỳ.

Lúc đó, bạn tôi, cựu tiểu đoàn trưởng Tiểu đoàn 8 Thủy Quân Lục Chiến bước lên máy vi âm. Có vẻ như anh lấy hết sức bình sinh để hét lên một tiếng "nghi…ê…ê…m" rung động cả phòng tiệc. Tiếng hô của anh kéo dài hơn bình thường. Tiếng ồn ào giảm dần. Cuối cùng thì tắt hẳn. Tiếng hô của anh cũng ngừng lại ở đó. Nhờ vậy quốc kỳ và quân kỳ được tiễn đưa trong trang nghiêm.

Sau đó, nhạc dạ vũ trổi lên. Vui nhộn. Một số người tiến ra sàn nhảy, dẫn đầu là một cựu trung tướng thuộc quân lực Việt Nam Cộng Hòa.

Vợ chồng tôi phải về sớm. Trên đường về tôi còn nghe âm vang tiếng hô của bạn tôi. Tôi hiểu bạn tôi nhiều lắm. Cả tuổi trẻ của anh, anh dành cho binh chủng và đồng đội. Sang Mỹ, hơn mười lăm năm nay, gần như anh chỉ biết có binh chủng, đồng đội, và bè bạn. Nhiều khi tôi có cảm giác là gia đình anh và ngay cả chính anh cũng không quan trọng bằng. Dĩ nhiên là bạn bè thương anh, rất thương anh. Tiếng hô nghiêm của anh xoáy vào tâm can tôi. Nó khiến tôi nhớ đến tiếng hô của một sĩ quan Nhật trong cuốn phim mới nhất của đạo diễn lừng danh Akira Kurosawa.

Tôi muốn ghi lại đây phần xây dựng của Akira Kurosawa.

Nhan đề của phim là "Những giấc mơ" (Dreams), trong đó ông xây dựng những giấc mơ khác nhau để nói về những ước mơ, những sợ hãi, những ám ảnh trong cuộc đời. Từ giấc mơ của tuổi thơ đến những giấc mơ của tuổi thanh niên, trung niên và sau cùng là giấc mơ của tuổi già. Thật ra cũng có thể coi đây là những giấc mơ của một người trải qua nhiều giai đoạn khác nhau trong cuộc đời người đó. Tôi xúc động nhiều khi xem phần liên hệ đến những người lính, tựa đề "Con đường hầm" (The Tunnel).

Trong phim - tôi đoán đây là khoảng thời gian sau khi Nhật đầu hàng - có một sĩ quan Nhật thất thểu ra về từ trại tù. Chỉ có mình anh, giữa cái yên lặng của núi đồi. Khi gần đến một con đường hầm mà anh phải đi qua để trở về với đời sống bình thường, anh bỗng dừng lại. Từ trong hầm, một con quân khuyển chạy ra, trên người nó mang đầy chất nổ. Nó nhìn anh và sủa. Hình như anh nhận ra nó. Anh hơi sợ nhưng rồi cũng cố mạnh dạn bước vào đường hầm. Chỉ nghe tiếng chân anh vang động. Ra khỏi đường hầm, anh khẽ quay đầu nhìn lại và thấy bóng một người đang chạy ra. Một người lính trang bị súng ống đầy đủ như lúc lâm trận. Anh thốt lên:

"Binh nhì Noguchi"

Người lính đứng nghiêm – một người lính rất trẻ - gập người xuống chào một cách kính cẩn rồi nói:

"Thưa đại đội trưởng. Chính tôi."

Sau đó người lính hỏi dồn dập:

"Đại đội trưởng, ông hãy nói thật với tôi đi. Có phải tôi đã tử trận rồi không? Tôi không tin điều đó. Tôi nhớ là tôi đã đi về nhà và đã ăn những cái bánh mẹ tôi đặc biệt làm cho tôi. Tôi nhớ rõ lắm."

"Noguchi, em đã từng nói với tôi như vậy. Em trúng đạn và ngất xỉu. Rồi em tỉnh dậy. Tôi đỡ em trên tay. Em nói với tôi là em đã đi về nhà và ăn những cái bánh đặc biệt do mẹ em làm. Tôi rất xúc động. Tôi nhớ rõ mồn một. Nhưng... Noguchi. Đó chỉ là một ước mơ. Em mơ ước điều đó khi em hôn mê. Khoảng năm, sáu phút sau em tắt thở. Em chết thật rồi mà."

Noguchi lảo đảo, rồi đứng nghiêm và gào lên:

"Vâng... Nhưng... ba mẹ tôi vẫn tin là tôi còn sống."

Noguchi khóc. Anh bước vài bước rồi chỉ tay về phía một ánh đèn ở đằng xa, quay lại nói với người sĩ quan:

"Nhà tôi đó. Mẹ tôi và ba tôi đang ở đó. Họ đang chờ tôi."

Người sĩ quan đến gần Noguchi, nói nhỏ nhẹ:

"Sự thật... em chết rồi. Tôi buồn lắm... Nhưng... sự thật em chết rồi."

Binh nhì Noguchi mếu máo. Anh lảo đảo bước trở lại đường hầm. Người sĩ quan yên lặng nhìn theo rồi bỗng kêu to: "Noguchi". Noguchi quay lại, đứng nghiêm, bồng súng chào. Người sĩ quan nghiêm chỉnh chào lại. Noguchi thất thểu đi trở lại rồi biến mất trong đường hầm.

Người sĩ quan sắp sửa cất bước. Bỗng anh lại nghe từ trong đường hầm tiếng đi rầm rập của một toán quân. Một toán quân cũng trang bị đầy đủ như khi lâm trận, oai nghiêm, bước đều ra khỏi đường hầm. Anh giật mình thối lui, rồi đứng lại nhìn. Khi toán quân tiến đến gần anh, người dẫn đầu hô to ra lệnh toán quân dừng lại, ra lệnh bồng súng chào, rồi dõng dạc nói:

"Trình diện đại đội trưởng. Trung đội 3 đã trở về doanh trại... Hoàn toàn vô sự."

Người sĩ quan nhìn chằm chặp vào toán quân. Nửa cười, nửa mếu. Một phút im lặng... anh lấy hết bình tĩnh, rồi nói:

"Các anh em nghe đây. Tôi hiểu tâm trạng các anh em. Nhưng... sự thật là... Trung đội 3 đã hoàn toàn bị tiêu diệt... anh em đều tử trận. Tôi buồn lắm. Tôi lại không chết để sống sót đến ngày nay. Rất khó cho tôi nhìn thẳng mặt các anh em. Tôi đã tung Trung đội 3 vào trận chiến để rồi tất cả đều bị giết. Lỗi tại tôi. Tôi có thể đổ hết trách nhiệm cho cái phi lý của chiến tranh. Thế nhưng, tôi không làm điều đó được. Không làm sao để tôi có thể phủ nhận cách quyết định thiếu suy nghĩ và thái độ tắc trách của chính tôi. Thế nhưng, tôi đã bị cầm tù. Những năm tháng ở tù, tôi nhục nhã và chua xót đến độ tôi tin là nếu chết được vẫn hay hơn. Giờ này, nhìn thẳng mặt các anh em, tôi vẫn có cùng cảm giác như vậy. Tôi biết các anh em còn đau đớn hơn tôi nhiều. Nhưng... nói thật... tôi mong chết ngoài chiến trường. Tin tôi đi... tôi chỉ mong được chết như anh em. Tôi cảm nhận được nỗi cay đắng của anh em. Người ta gọi anh em là những "anh hùng", nhưng... anh em đã chết đau đớn như những con chó [2]. Thế nhưng, dù gì đi nữa, trở lại thế gian như thế này chẳng chứng tỏ được gì cả. Hãy về lại nơi nằm nghỉ của mình đi. Hãy yên giấc với ngàn thu đi."

Gài lại nút áo cho nghiêm chỉnh, lấy hết sức bình sinh hô "nghiêm", hét thật to ra lệnh cho trung đội quay lại. Trung đội 3 làm theo lệnh anh, bước răm rắp trở lại đường hầm. Có tiếng kèn chiêu hồn tử sĩ.

*

Có phải cái giấc mơ của Kurosawa là "một sĩ quan dù chỉ ở cấp đại đội trưởng cũng phải chịu ám ảnh và nhận trách nhiệm, với cả đau đớn lẫn thương yêu, về những cái chết của đồng đội, kể cả cái chết của một con quân khuyển mà có lẽ vào lúc tuyệt vọng nơi chiến trường, anh đã cho gắn chất nổ vào người nó và bắt nó lao đầu vào phía địch"? Dầu sao, đây cũng là một giấc mơ của rất nhiều người trong chúng ta.

Có ai biết được sự thật trong trận chiến vừa qua, bao nhiêu thường dân Việt Nam đã bỏ mình, và bao nhiêu người còn sống sót đã phải hủy hoại tuổi xanh của họ? Một triệu? Hai triệu? Ba triệu? Có biết bao nhiêu người đã ngã gục, thường dân hay lính, chỉ vì do tham vọng cá nhân, do thái độ vô trách nhiệm, do kém tài năng, do những quyết định sai lầm vội vã của cấp chỉ huy? Không làm sao đếm được. Nhưng với những con người Việt Nam bình thường, đã từng nghe bom đạn, đã từng nhìn thấy xác chết vì bom đạn, đã lăn lóc trên quê hương trong những ngày chinh chiến, cũng hiểu được là con số đó không nhỏ. Đọc các hồi ký chính trị và quân sự của những cựu chính trị gia, cựu tướng lãnh, của cả miền Nam lẫn miền Bắc, mấy ai nghe thấy một lời nhận lỗi? Lính chết, dân chết, đồng bạn chết, nhiều khi chỉ do thái độ tắc trách, hốt hoảng, kém tài, hoặc hèn nhát của cấp chỉ huy ở bất kỳ cỡ nào. Các đài truyền hình Mỹ thỉnh thoảng chiếu đi chiếu lại cảnh những người lính Cộng Hòa vừa chạy vừa bắn bừa bãi vào dân chúng để giành đường thoát vào những ngày cuối của cuộc chiến. Người lính Việt Nam ngồi xem đau thắt cả ruột gan. Ai chỉ huy họ? Tiểu đoàn trưởng, đại đội trưởng, trung đội trưởng nào? Hiện giờ những người chỉ huy này đang ở đâu?

Sách báo Việt Nam ở hải ngoại hàng hàng lớp lớp. Vô số chữ nghĩa đã được dùng để chửi người Mỹ bỏ cuộc, chửi cấp trên, chửi cấp dưới, chửi lẫn nhau. Bao nhiêu chữ nghĩa đã được dùng cho những lời nhận lỗi?

Cuộc chiến triền miên trên quê hương Việt Nam đã cướp mất bao nhiêu tinh anh của đất nước. Đáng buồn thật. Nhưng đáng buồn nhất, là trong suốt sáu trăm năm qua, đâu có phải sự hy sinh lớn lao đó lúc nào cũng hoàn toàn là để bảo vệ đất nước chống ngoại xâm. Trong hơn bốn trăm năm, từ khi đánh đuổi quân Minh đến khi đánh đuổi quân Thanh, chiến tranh ít khi ngưng nghỉ nhưng nào có phải để bảo vệ lãnh thổ. Suốt gần hai trăm năm, vó ngựa chinh phu Việt Nam vượt qua vượt lại sông Gianh cũng chỉ để giết nhau mà thôi. Đi vào nơi gió cát hay xông vào bãi chiến trường, có khi vì bó buộc, vì bổn phận, vì không có cách thoát, mà có khi cũng chỉ do cái lãng mạn của tuổi trẻ. Nhưng dù vì lý do gì, và thây có được da ngựa bọc (chỉ có trong thơ văn!) hay chỉ để làm mồi cho kên kên quà quạ, thì những mất mát như vậy cũng là những định mệnh nghiệt ngã của người trai trẻ Việt Nam. Một vấn đề cần đặt lại là có phải điều này phát sinh từ cái định mệnh nghiệt ngã chung của dân tộc hay đó chỉ là hậu quả của những nhận thức sai lầm về giá trị của đời sống chồng chất từ thế hệ này đến thế hệ khác? Dẫu sao cũng vẫn là điều đau lòng. Phải xót xa lắm, cụ Đặng Trần Côn mới viết những câu:

Hồn tử sĩ gió ù ù thổi
Mặt chinh phu trăng dõi dõi soi
Chinh phu tử sĩ mấy người
Nào ai mạc mặt nào ai gọi hồn?
(Chinh Phụ Ngâm Khúc)

Thế nhưng, có lẽ cần phải dừng lại một chút để nhìn vấn đề cho kỹ hơn.

Trong loạn ly, cái đau thương đâu phải chỉ đến với người lính. Hay, nói cho đúng hơn, trong loạn ly, cái đau thương lớn nhất vẫn không đến với người lính. Nó đến với vô số người mẹ, người vợ, những đứa con thơ và cho rất nhiều thường dân vô tội. Mà ngoài cái đau đớn, sự hy sinh của những con người đáng thương này thì sự can đảm, sức chiến đấu kiên trì của họ nhiều khi phải được kể là vượt qua những người lính. Những ai đã ở lại miền Nam sau 1975 chắc chứng kiến được điều đó. Người cầm súng đã bỏ cuộc nhưng những người không cầm súng đã không bỏ cuộc. Họ phải tiếp tục chiến đấu cật lực với cuộc đời. Và, nếu sau đó, cuộc đời đã không đến nỗi tàn mạt như bãi chiến trường, thì điều đó phải là do công của họ. Chính họ, chứ không phải những người cầm súng, đã khiến cho cuộc đời phải tiếp tục, theo một chiều hướng khác, không theo ý muốn của những người nắm quyền lực mới. Trong tập hồi ký về tù cải tạo của Tạ Chí Đại Trường[3], người viết sử này nói nhiều về họ. Ông cũng ghi lại nhiều chuyện thật mà thường chỉ được nghe những cựu tù nhân kể lại ở ngoài đời. Những chuyện mà khi nghe, người lính Việt Nam không muốn nhớ. Rất ít thấy hay không thấy ghi lại trong những hồi ký khác. Ông kể chuyện những người vợ phải bán thân để nuôi chồng, hay tệ hại hơn, chỉ để chiều chuộng những thói quen hưởng thụ rất vị kỷ của chồng cho dù vào lúc đó các ông ấy đang ở trong tù. Nói chung, thì hầu hết phải vật lộn cực khổ với đời sống, chắt chiu tiền bạc, bồng bế dìu dắt con thơ, băng qua biết bao nhiêu dặm đường để mang quà đến trại học tập thăm nuôi chồng. Có ai đếm được bao nhiêu người đàn bà đã ngã quỵ trong những hoàn cảnh như vậy? Có ai đếm được bao nhiêu trẻ thơ chết oan uổng dọc bờ, bụi nào trên quê hương trong và sau cuộc chiến? Mấy ai gọi hồn họ?

Cụ Đặng Trần Côn ca ngợi người chinh phu. Nhưng cụ vẫn cảm thông được cái đau đớn của người chinh phụ. Khi vó ngựa những chinh phu Việt Nam vẫn liên tục vờn nhau trên khắp quê hương, cụ chong đèn ngồi viết Chinh Phụ Ngâm Khúc. Cụ chia sẻ nỗi lòng của người chinh phụ hơn. Tác phẩm của cụ sống mãi, có lẽ một phần vì nó gắn với cuộc đời thật. Cho dù, người chinh phụ mà cụ tả trong ngâm khúc chưa đến nỗi tiêu điều, tan tác như người chinh phụ mà chúng ta đã thấy hay đã biết trong cuộc chiến vừa qua trên quê hương Việt Nam. Dĩ nhiên, như đã nói ở trên, ngoài người chinh phụ, còn biết bao nhiêu người khác cũng tiêu điều tan tác như vậy.

Trở lại cuốn phim của Kurosawa. Sau chuyện "Con đường hầm", ông còn trình bày nhiều giấc mơ khác, liên hệ đến nghệ thuật, đến khoa học, đến nhân sinh quan v.v... Cũng do tài tử đóng vai người sĩ quan trong "Con Đường Hầm" thủ vai chính. Cũng có thể, những phần tiếp theo là những giấc mơ của chính anh sĩ quan đó. Sau khi ra khỏi đường hầm, anh tiếp tục cuộc đời của anh, với những ước mơ mới, những ám ảnh cũng như những lo sợ mới. Trên thực tế, sau khi thua trận, người Nhật đã sống như vậy. Họ đã để lại đằng sau lưng cuộc chiến cũ, xông vào những cuộc chiến mới. Họ đã thành công vượt bực, nhưng đồng thời họ cũng đã quên khuấy đi rất nhiều điều phải làm để đời sống có nghĩa lý hơn. Cũng như, đã hủy hoại nhiều điều lẽ ra phải được xem là giá trị thật của cuộc đời. Chính vì vậy mà Kurosawa đã phải nói lên những giấc mơ của ông. Những giấc mơ đó không phải chỉ dành cho người Nhật, mà cả cho chúng ta, mặc dù cái hiện thời ám ảnh chúng ta nhiều nhất vẫn còn loanh quanh ở chỗ con đường hầm.

Thử tưởng tượng tâm trạng của tướng quân Ban Siêu ngày xưa khi trở về. Ông sẽ có cảm giác ra sao vào một buổi sáng chợt thức giấc, nghe tiếng trẻ con nô đùa, tiếng chày giã gạo, tiếng khung cửi dệt vải, tiếng thầy đồ dạy học…, tiếng sương phụ khóc chồng.

Không biết ông sẽ nghĩ sao nếu có một chàng trai trẻ giống như ông mấy mươi năm trước, hay một người bạn cũ hồn nhiên, đến nói với ông một cách say sưa về ước mơ một đời chỉ có sống trên lưng ngựa?

Maryland, cuối năm 1993

CHÚ THÍCH

[1] Trích từ bản dịch Nôm được ghi là của Đoàn Thị Điểm do Nguyễn Huy chú giải, nhà Đại Nam (California) in lại.

"Chàng Siêu" chỉ tướng quân Ban Siêu đời Hán, chinh chiến từ lúc còn trẻ, lập được nhiều chiến công, khi trở về thì đầu đã bạc.

[2] Nguyên văn phụ đề tiếng Anh "I feel your bitterness. They called you "heroes"… but you died… like dogs."

Phim "Dreams" do chính Akira Kurosawa viết truyện phim và đạo diễn. Ông là người đã thực hiện những phim nổi tiếng nhất của Nhật như Lã Sanh Môn, Địa Ngục Môn…

[3] Hồi ký tù cải tạo của Tạ Chí Đại Trường nhan đề Một Khoảnh Việt Nam Cộng Hòa Nối Dài gửi ra từ trong nước, do nhà Thanh Văn (California) xuất bản, 1993.

Nắng Vàng Trong Rừng Khô

Cách đây hơn ba mươi năm, khi còn ở Philadelphia, mỗi lần đi bộ từ nhà trọ đến trường đại học, tôi thường đi ngang một khu townhouse thuộc giới nghèo trên đường Chestnut. Nếu đi vào buổi sáng, khoảng mười giờ, có nắng tốt, thế nào tôi cũng nhìn thấy một người đàn bà ngồi trước thềm nhà. Da trắng, khoảng sáu mươi, tóc trắng như bạch kim, chải sát vào đầu. Lúc nào cũng vậy, người đàn bà ngồi im lặng, bất động, mắt nhìn xa, đăm chiêu, trông như một pho tượng của Rodin. Có vẻ như với bà những gì đang xảy ra trước mặt không có nghĩa gì cả. Tôi không biết bà đang nhìn gì, thấy gì. Chỉ có cảm giác là vào lúc đó trong đầu bà chắc bao nhiêu hình ảnh của quá khứ đang trở về, bao nhiêu tâm tư từng lắng sâu vào tâm khảm đang sống lại. Khó ai biết. Chỉ biết nơi con người đang ngồi bất động đó hiển lộ một sự sống khác, dường như chứa chất một thảm kịch nào. Những lúc như vậy, tôi đều mơ có khả năng vẽ nên một chân dung đích thực, biểu hiện được những phức tạp của con người, những thứ phức tạp thường tạo nên một cái đẹp kinh hồn cho nghệ thuật. Giấc mơ đó không thực hiện được. Cũng có lúc, tôi muốn tìm hiểu hơn về bà, hoặc tìm cách nói chuyện với bà. Nhưng, tôi luôn ngần ngại, không biết làm cách nào và cũng không chịu khó suy nghĩ kỹ hơn phải làm cách nào.

Từ lúc rời Philadelphia đến nay, thỉnh thoảng tôi có trở về, có đi ngang con đường cũ, nhưng không bao giờ gặp lại con người đó. Hình ảnh người đàn bà ngồi như pho tượng trước thềm nhà vào mỗi sáng rất khó quên. Nó khiến tôi liên tưởng đến một vài hình ảnh khác, để viết ra những dòng sau đây.

Tôi có một người bạn trẻ, LLT, tốt nghiệp về phân tâm học ở đại học Johns Hopkins, Baltimore. Thời gian làm nghiên cứu sinh, T. tình nguyện vào làm trong một bệnh viện tâm thần ở Boston và tại một số tư gia do cơ quan tỵ nạn địa phương giới thiệu. Bệnh nhân của T. thuộc nhiều thành phần người Việt khác nhau, tuổi từ 15 đến 70. Ở đây, có những người đàn bà bị điên loạn sau khi trải qua những nỗi đau kinh hoàng trên biển, mất chồng, mất con, bị hãm hiếp… Ở đây, có những đứa trẻ mới trước đó sống êm ấm với gia đình bỗng chứng kiến những cảnh hãi hùng, rồi vụt cái, mất cha, mất mẹ, mất anh em, rồi ngơ ngơ ngác ngác trong một xã hội hoàn toàn xa lạ. Ở đây, có những người qua tuổi trung niên hoàn toàn mất định hướng, không đương đầu nổi với những đổi thay quá lớn, quá nhanh về hoàn cảnh, văn hóa, ngôn ngữ, xã hội. Ở đây, có những thanh niên mắc các loại bệnh về ảo giác, lúc nào cũng trông thấy những hình ảnh kỳ lạ, nghe những âm thanh ma quái luôn thúc giục mình làm những điều không phải, v.v… T. làm việc với những bác sĩ, y tá, cán sự xã hội địa phương. Sau năm năm, vì nhu cầu hoàn thành luận án, T. phải về lại trường rồi sau đó đi kiếm việc làm. Lúc T. rời Boston, có khoảng 25% trong số bệnh nhân này hồi phục để có thể tiếp tục đời sống một cách tương đối bình thường như nhiều đồng bào khác của họ. Những người còn lại, theo hiểu biết của T., đa số sẽ không chữa trị được. Đời sống của họ như thế nào qua từng tháng ngày trong khu bệnh viện tâm thần, cho đến những giờ cuối cùng, ít ai biết. Đến nay, vì làm việc ở xa, T. không thể tình nguyện trở lại bệnh viện đó như trước, nhưng mỗi lần nói về những bệnh nhân cũ của mình T. vẫn còn đầy xúc động như nói về những người thân bất hạnh.

Viết đến đây, tôi chợt nghĩ đến trường hợp một người đàn bà tôi có nghe đến. Đó là một phụ nữ trẻ đẹp khi cùng chồng và hai đứa con còn rất nhỏ vượt biển khoảng cuối thập niên 70. Trên đường vượt biển, thuyền họ gặp nạn, hai đứa con rớt xuống biển, người chồng vội nhảy xuống cứu và cả ba đều chết đuối. Thảm kịch xảy ra nhanh như chớp trước mắt chị. Chị và một số người khác được cứu sống. Chúng ta có thể mường tượng ra những gì xảy ra sau đó cho người đàn bà bất hạnh này. Sau một thời gian ở trại tỵ nạn, chị được đi định cư ở Mỹ, luôn giữ bên mình những kỷ vật của chồng và hai con, góp nhặt được sau tai nạn trên biển. Suốt gần mười năm kế tiếp, chị sống âm thầm với kỷ niệm lẫn với những ám ảnh kinh hoàng từ chuyến đi định mệnh đó. Không ai nghĩ rằng chị có thể trở lại đời sống bình thường. Cho đến khi có một người đàn ông khác đến. Tình thương, hiểu biết, kiên nhẫn, ân cần… đã mang lại cho chị một niềm an ủi. Họ thành vợ chồng. Trong nhà vẫn để bàn thờ của hai con và người chồng cũ, nhưng họ quyết định sống một đời mới. Không biết những năm tháng sau đó, những ám ảnh của quá khứ có thỉnh thoảng quay về, chen vào giữa họ, nhưng đây vẫn là một “happy ending”. Chị may mắn hơn rất nhiều người đàn bà khác cùng cảnh ngộ, cùng là nạn nhân của thảm kịch trên biển đông trong thập niên đầu sau khi chiến tranh chấm dứt. Có nhiều người còn trải qua những kinh nghiệm hãi hùng hơn.

Cuối năm rồi, tôi hân hạnh gặp một thanh niên đến từ Việt Nam, do các con tôi mời về dùng cơm tối với gia đình. Người thanh niên ở khoảng tuổi ba mươi, nói năng nhỏ nhẹ, ăn mặc và ứng xử như mọi thanh niên bình thường khác. Khi trò chuyện với tôi, lúc nào cũng xưng "con" nên lúc đầu tôi ngỡ là bạn của các con tôi. Sau vài câu thăm hỏi mới biết đó là một linh mục thụ phong chỉ được vài năm. Sau khi thụ phong, ông tình nguyện đến coi sóc một viện mồ côi nhỏ ở Sài Gòn, dành cho những trẻ em bị HIV. Trong số này có những em còn cha mẹ nhưng bị bỏ vào đó vì cha mẹ không đủ khả năng nuôi dưỡng. Tuổi thọ của các em thường không quá mười lăm. Một số bác sĩ gốc Việt ở Mỹ khi về Việt Nam làm thiện nguyện có đến thăm viện mồ côi này. Xúc động về hoàn cảnh của các em và cảm kích về những nỗ lực của ban điều hành và những người tình nguyện đến chăm sóc, cùng những khó khăn về nhiều phương diện, nhóm bác sĩ quyết định vận động giúp đỡ viện. Phần lớn sự trợ giúp đến từ các thân hữu Việt và Mỹ ở hải ngoại. Do đó, vị linh mục cùng với một em bị HIV với một y tá đi theo săn sóc được mời sang Mỹ gặp gỡ các thân hữu. Tôi có gặp bé gái đó. Xinh xắn, nói năng rất tự nhiên và lễ độ, dễ gây cảm tình của người đối diện. Mới nhìn tưởng chừng đó là một em bé khoảng mười tuổi nhưng thật ra em đã mười sáu tuổi, mà sức trưởng thành chỉ đến đó. Em nói năng rất tự chế, chấp nhận số phận mình một cách tự tại. Những người đã đến thăm viện mồ côi cho tôi biết các em ở viện không được trường học bên ngoài nhận nên viện tổ chức lớp học riêng cho các em. Các em được học hành và vui đùa như mọi trẻ em bình thường khác, mặc dầu tất cả đều biết mình sẽ rời cõi nhân gian này bất cứ lúc nào. Dĩ nhiên, thực hiện được điều đó không dễ. Vị linh mục cần sự hỗ trợ của rất nhiều người.

Nói đến những bác sĩ thích làm thiện nguyện, tôi nghĩ đến một người bạn trẻ khác, bác sĩ LTL, một chuyên gia về ruột. Ông thường mang sách vở về tặng và mời một số giáo sư y khoa Mỹ và Việt về giảng ở Đại học Y khoa Huế. Trong một chuyến đi như vậy cách đây khoảng mười năm, mỗi ngày ông đều thấy một bà cụ đẩy xe bán bánh mì đến chợ Bến Ngự, sáng đi chiều về, ngang qua nhà ông. Ông để ý thấy một chân của bà cụ đi đứng không được bình thường. Một hôm ông đến chợ, đến nơi bà cụ bán bánh mì, ngồi xuống xin phép xem chân bà, thấy ghẻ lở ăn sâu vào thịt. Sau đó, cứ hai ba ngày ông mang thuốc đến, tự tay chăm sóc vết thương. Khi vết thương gần lành hẳn, có thể tự chữa lấy được, cũng là lúc ông từ giã bà cụ về lại Mỹ. Bà ôm ông khóc. Ngày nay, LTL là một bác sĩ rất thành công ở Maryland. Ông có phòng mạch riêng, nhận làm chủ nhiệm khoa ruột của một bệnh viện quan trọng một thời gian, và là giáo sư thỉnh giảng ở một đại học y khoa lớn, nhà cửa sang trọng, gia đình hạnh phúc. Mới đây, ông kể cho tôi nghe, vài tháng trước ông có về lại Việt Nam. Người đồng nghiệp ở Y khoa Huế thường làm việc chung với ông trong những chuyến về thiện nguyện, trước đây khá nghèo, bây giờ lái một chiếc Mercedes mới toanh ra đón ông ở phi trường. Tôi thực sự mừng cho sự thành công của họ, mừng họ có nếp sống cao, vì họ xứng đáng được hưởng thành quả do tài năng và sức lao động của họ. Tuy nhiên, mỗi lần nghĩ đến LTL, hình ảnh đầu tiên hiện ra trong đầu tôi vẫn là hình ảnh một bác sĩ trẻ ngồi xuống chăm sóc ghẻ lở nơi bàn chân một bà cụ bán bánh mì ở chợ Bến Ngự.

Ở hải ngoại, chúng ta thường nói, thường ca ngợi những thành công cá nhân của người tỵ nạn hay con cháu những gia đình tỵ nạn. Nhưng, chắc chúng ta cũng biết bên cạnh đó có rất nhiều người không thành công. Đặc biệt, có nhiều người rất thiếu may mắn đang kéo lê cuộc đời của họ trong âm thầm. Với bề ngoài lặng lẽ, họ chứa chất bên trong một thế giới riêng, thường khó hiểu với người xung quanh. Những cái thế giới như thế chắc phải có một sức mạnh nào đó, một sự nặng nề nào đó để kéo họ thu mình vào, không tìm được lối ra, hay không muốn tìm một lối ra. Cũng có thể, thế giới đó rất đơn giản, chỉ dung chứa một số phận không may, không thể làm gì khác hơn là chấp nhận nó như một định mệnh nghiệt ngã. Như trường hợp các trẻ em mồ côi bị HIV, như trường hợp bà cụ bán bánh mì ở chợ Bến Ngự, v.v... Nếu may mắn, họ có thể gặp những người có một tâm lượng lớn hơn bình thường, một sự thông cảm lớn hơn bình thường, cũng bằng một cách lặng lẽ đến giúp đỡ, chia sẻ nỗi đau của họ. Như người tu sĩ, người chồng, và những người trẻ tuổi tôi đã kể trên. Và, còn bao nhiêu người khác nữa chúng ta không thể nói hết ở đây.

Những việc làm đầy tình người của họ, dù nhỏ hay lớn, như những tia nắng vàng trong rừng cây khô, đã làm cuộc đời có ý nghĩa hơn. Và, nếu những cố gắng đầy chân tình đó biến đổi được một số phận không may hay mang lại một niềm vui, một tia hy vọng về tương lai cho một người bất hạnh, tôi cho đó là một thành công lớn. Một thứ thành công dễ khiến những người nghe đến trở nên thâm trầm hơn.

Maryland, tháng 5 năm 2010

MƯA ƯỚT VỊ THÀNH

Cách đây hơn 20 năm, tôi bắt đầu tham dự khá thường xuyên vào các sinh hoạt văn học ở hải ngoại, trong suốt một thời gian khá dài kể cả lúc còn làm việc toàn thời gian ở NASA trước khi về hưu. Hợp tác với Wayne Karlin để thực hiện tuyển tập văn chương chiến tranh *The Other Side of Heaven*, hợp tác với giáo sư Huỳnh Sanh Thông của đại học Yale cho tập san Việt Học The Vietnam Review, viết bài và hợp tác với một số tạp chí văn học Việt Nam ở hải ngoại, thuyết trình ở một số hội thảo về văn học, v.v... Sự tham dự tương đối năng động vào những sinh hoạt đó có vẻ như bất bình thường, vì văn học là một lãnh vực tôi không hề được đào tạo ở trình độ cao. Mà, ngay cả ở trung học, bạn bè đều biết tôi là một đứa học trò rất tầm thường về môn văn. Từ bé tới lớn, tôi chưa bao giờ có ý nghĩ trở thành một nhà văn hay một giáo sư văn chương.

Một hôm, trong một hội thảo hè dành cho các nhà văn trẻ tổ chức ở đại học St. Mary thuộc tiểu bang Maryland, một nhà văn trao đổi với tôi về trường hợp của cô. Cô mê văn chương, viết rất nhiều truyện ngắn, đang vật lộn với đời sống và phấn đấu với chính mình để xem có nên tiếp tục sống toàn phần cho văn chương và bán phần cho sinh kế, hay ngược lại. Cô muốn tôi lấy kinh nghiệm cá nhân để giúp cô ý kiến. Rất tiếc, hôm đó tôi chẳng giúp gì được vì chẳng có kinh nghiệm nào về chuyện này. Câu trả lời của tôi khá mông lung. Văn chương có giữ một vị trí đặc biệt trong đời sống của tôi thật nhưng không phải để tôi trở thành nhà văn, mặc dầu đôi khi, do những gì đã viết ra, nhiều người trong văn giới gọi tôi là nhà văn. Tuy nhiên, nhân câu chuyện trên, tôi thấy cần viết một bài về đề tài này, về cái vị trí của văn chương trong đời sống của mình, để từ kinh nghiệm riêng chia sẻ được gì với người khác. Đặc biệt, tôi muốn chia sẻ với những bạn trẻ giống như tôi trước đây, không được đào luyện tốt về văn chương ở trường ốc và sống với những ngành nghề gần như trái ngược. Tôi xin viết một cách tản mạn, và tản mạn từ những chuyện rất riêng tư.

Tôi tin mỗi người trong chúng ta đều mang trong tim mình những dấu ấn, những tì vết gây ra từ một biến cố trong đời, một chấn động mạnh hay có thể chỉ là một hình ảnh đến rất nhanh, như một nụ cười, một giọt nước mắt,... Để rồi, sau đó, vào một lúc rất bất chợt, con tim nhói lên, cái cách vui buồn thương ghét trong cuộc đời bỗng thay đổi. Một bài thơ, một cuốn sách đã đọc vào một lúc nào đó cũng có thể làm nên chuyện như vậy.

Tôi xuất thân là một thầy giáo toán, được gọi nhập ngũ khi có lệnh tổng động viên lúc chiến tranh ở miền Nam trở nên tàn khốc. Sau hơn hai năm, được biệt phái trở về dạy học lại. Cách sống của tôi thay đổi hẳn. Đời sống trong quân ngũ có làm tôi thay đổi thật, nhưng ảnh hưởng lớn nhất thật ra là từ một bài thơ, của một nhà thơ sống cách đây hơn ngàn năm ở một nơi xa lắm.

Cách đây gần 50 năm, sau khi tốt nghiệp trường Bộ Binh Thủ Đức, tôi đi trình diện đơn vị ở một hải đảo xa. Tôi nhớ, đó là một buổi sáng mưa nhẹ hột. Trên đường đi đến đơn vị, tôi và một người bạn cùng khóa mang ba-lô đi bộ lên một ngọn đồi, trên đó có một quán ăn nhỏ. Chúng tôi vào quán uống cà phê. Ngồi khá lâu vì mưa bắt đầu nặng hột. Đơn vị ở cách đó không xa nhưng qua mưa không nhìn thấy. Cả hai châm thuốc hút, rồi bỗng nhiên, tôi nhớ tới một bài thơ của Vương Duy. Tôi đọc lên. Bạn tôi chỉ mỉm cười, im lặng, phà khói thuốc, rồi lãng đãng nhìn những giọt mưa rơi từ mái tôn xuống bậc thềm. Năm đó, dù đã dạy học một thời gian trước khi động viên, tôi chỉ mới vừa qua tuổi 26. Bạn tôi, cũng cùng tuổi và cả hai đều đã có gia đình. Tôi nhớ rất rõ bản tiếng Hán, *Vị Thành Khúc* (渭城曲), của Vương Duy:

渭城朝雨浥輕塵, *Vị Thành triêu vũ ấp khinh trần*
客舍青青柳色新。*Khách xá thanh thanh liễu sắc tân*
勸君更盡一杯酒, *Khuyến quân cánh tận nhất bôi tửu*
西出陽關無故人。*Tây xuất Dương Quan vô cố nhân*

Và, cả bản dịch của Ngô Tất Tố:

Trời mai mưa ướt Vị Thành
Xanh xanh trước quán mấy nhành liễu non
Khuyên chàng hãy cạn chén son
Dương Quan đến đó không còn ai quen

Đây chắc không phải là bài thơ hay nhất của Vương Duy và càng không phải là bài thơ hay nhất của Đường Thi. Chắc cũng không có bao nhiêu bạn đọc cảm xúc gì nhiều khi đọc bài này. Nhưng, với tôi, khi đọc lên tôi xúc động. Tôi biết tôi đã đọc nó lần đầu tiên từ cuốn Đại Cương Văn Học Sử Trung Quốc của Nguyễn Hiến Lê, lâu lắm rồi, khi còn ở trung học, trong căn nhà cũ gần bờ biển Nha Trang, nơi tôi đã sống suốt tuổi thơ. Bài thơ đó, thời gian đó, không gian đó, với những xúc cảm của lúc đó, tưởng quên đi, nhưng không. Cũng từ đó, tôi đọc nhiều sáng tác văn học hơn mỗi khi rảnh và nhớ lại nhiều bài thơ đã học và đã quên.

Ở hải đảo có một thời gian tôi làm sĩ quan tuần tra. Tôi nhớ, một buổi tối, mưa tầm tã, khi hết phiên trực, tôi ghé vào lều của một ông thượng sĩ già, xin cà phê uống. Ở đó, người sĩ quan trực kế tiếp, MDT, cũng đang ngồi uống cà phê. MDT trước khi động viên dạy Pháp văn ở Huế. Trong khi trò chuyện, bỗng nhiên T. nói về những tiểu thuyết Pháp đang ăn khách như *Bonjour Tristesse*, *Un Certain Sourire*,... của Françoise Sagan, rồi quay trở lại nói về những tác phẩm học ở thời trung học, những tác phẩm của Alphonse Daudet hay Anatole France, rồi Nguyễn Du của ngày xưa, rồi Bùi Giáng của ngày nay, rồi quay sang nói về Sartre, về Camus, v.v... Chúng tôi nói say sưa, ông thượng sĩ già châm thêm cà phê, lặng lẽ nghe và thỉnh thoảng nở nụ cười độ lượng. Trước khi chia tay và bắt đầu phiên trực của mình, T. nói với tôi: "*Tụi mình... à la recherche de la jeunesse perdue!*" Tôi cũng thấy mình già đi thật. Bây giờ, mỗi lần nghĩ lại, thấy... tếu tếu. Tuy nhiên, những câu chuyện theo kiểu câu chuyện trong lều của ông thượng sĩ già đó, đã giúp tôi rất nhiều để những ngày tháng nơi hải đảo bớt đi cái nhớ nhà, cái lo sợ, cái nhàm chán. Và, dù hễ mở miệng là thích nói về cái tuổi trẻ đã mất, nhưng chính vào thời gian đó, từ những câu chuyện văn chương đó, tôi thấy cái tuổi trẻ thật sự của mình bắt đầu bừng lên một sức sống mãnh liệt. Tôi nghĩ đến những ngày tháng tới, khi không còn chinh chiến, hay khi được trở về với đời sống thường dân, tôi sẽ sống khác, nhìn cuộc đời cách khác. Và, quả thật, khi về lại, tôi vẫn tiếp tục dạy toán, nhưng tôi có khác.

Trên sách vở, trong nghiên cứu, toán học và văn học có một lằn ranh rõ rệt, nhưng trong mỗi con người, lằn ranh đó có thể rất mờ nhạt. Khi tìm hiểu về cuộc đời các nhà toán học, tôi ấn tượng nhất về một thiên tài mà cuộc đời ngắn ngủi của ông có thể là đối tượng tuyệt vời cho một tác phẩm văn chương. Một thiên tài đã sống tận cùng cho sự đam mê về toán học, về những lý tưởng nhân bản, và về chất lãng mạn trong tình người và tình yêu. Tôi muốn nói về Evariste Galois. Ông sinh ngày 25/10/1811 ở Bourg-la-Reine, Pháp. Năm 14 tuổi đã bắt đầu có những ý niệm mới và nghiêm chỉnh trong toán học.

Đến năm 19 tuổi ông đã công bố những công trình quan trọng làm nền tảng cho "Lý Thuyết Galois" và "Lý Thuyết Nhóm" trong đại số trừu tượng (abstract algebra). Trong lúc chăm chú vào những phát kiến toán học, ông vẫn tham gia vào chính trị Pháp, tranh đấu cho nền cộng hòa Pháp, đi đầu trong cuộc biểu tình chống đối vua Louis Philippe. Bị bắt và bị xử sáu tháng tù. Trong tù, ông ngồi viết tiếp những công trình toán học. Ra khỏi tù tháng 4/1832. Qua tháng sau, để bênh vực danh dự của người yêu, Stephanie-Felice du Motel, ông chấp nhận tham dự một cuộc đấu súng. Năm ngày trước cuộc đấu, ông viết thư cho một người bạn, tâm sự về mối tình này. Đêm trước khi đấu, biết rằng mình sẽ chết, ông thức suốt đêm để hoàn tất những công trình toán học còn dở dang. Sáng sớm hôm sau, ông bị bắn ở bụng, mọi người bỏ đi, để ông nằm một mình ở đấu trường. Đến 10 giờ, một nông dân nhìn thấy đưa đến bệnh viện gần đó. Chỉ có người em trai, Alfred, được thông báo. Câu cuối cùng ông nói với em: *"Đừng khóc, Alfred! Anh cần sự can đảm để chết ở tuổi hai mươi."*

Một trăm bốn mươi năm sau, ở Nha Trang, tôi bắt đầu dạy sinh viên Lý Thuyết Nhóm của Galois. Chương trình trung học Pháp đưa Lý Thuyết Nhóm vào năm cuối của ban toán trước đó vài năm. Chương trình trung học Việt thì chưa.

Tôi không phải là một thiên tài như Galois, dĩ nhiên, nhưng toán học ảnh hưởng vào đời sống tôi rất nhiều. Những hiểu biết cơ bản về toán học cũng đã giúp tôi không ít khi đi vào các chuyên môn khác như vật lý hạt nhân, như kỹ sư điện hay như kỹ thuật không gian mà sau này tôi phải sống với nó một thời gian khá dài. Tuy nhiên, điều tôi muốn chia sẻ ở đây với các bạn trẻ là tinh thần toán học, nhất là, thói quen tìm giải đáp cho những nghi vấn, đã giúp tôi đến với văn chương thi vị hơn. Xin kể một câu chuyện. Thời còn ở trung học, tôi được đọc bản tiếng Việt một tác phẩm của Leo Tolstoi, nhan đề *Một Bản Đàn*, do nhà văn Trương Bảo Sơn chuyển ngữ, có lẽ từ một bản tiếng Pháp. Tôi đọc say mê. Tác phẩm xây dựng trên thảm kịch của một cặp vợ chồng. Vì nghi ngờ vợ mình có tình ý với một ông thầy dạy nhạc, một nhà quý tộc giàu có nổi cơn ghen giết vợ. Một truyện dài rất hay. Rất thích nhưng tôi luôn tự hỏi tại sao nhà văn TBS lại đặt nhan đề là *Một Bản Đàn*. Vì, sau này, sau khi được đọc bản dịch tiếng Pháp *La Sonate à Kreutzer*, tôi ngờ rằng Tolstoi rất có cố ý khi lấy tên một bản sonate của Beethoven, *"Bản Sonate cho Kreutzer"*, làm nhan đề cho cuốn tiểu thuyết. Nó phải là bản sonate đó chứ không phải một bản đàn nào cũng được. Ý của Tolstoi, theo tôi, là chính bản nhạc đó, bản sonate đó của Beethoven, đã đóng góp vào thảm kịch. Nhưng, tôi không chắc lắm, vì không biết gì về bản sonate này.

Hơn hai mươi năm sau, khi sống ở Philadelphia, một hôm có dịp vào thư viện thành phố. Tình cờ, thấy bản tiếng Anh, *The Kreutzer Sonata*, tôi nhớ lại cái nghi vấn ngày nào. Tôi vào phòng thính âm, xin được nghe bản sonate này. Bản *"Sonate cho Kreutzer"* được Beethoven soạn cho dương cầm và vĩ cầm. Bản tôi được nghe do Arthur Rubinstein và Henryk Szeryng trình tấu. Rubinstein phụ trách dương cầm, Szeryng vĩ cầm. Tôi nghe đi nghe lại nhiều lần. Tiếng dương cầm hòa với tiếng vĩ cầm một cách tài tình, réo rắt, tha thiết, làm ruột gan người nghe thắt lại. Tôi hình dung ra buổi hòa nhạc trong ngôi nhà vị quý tộc. Tôi tưởng tượng ra cảnh ông quý tộc ngồi nhìn vợ mình với ông thầy dạy nhạc say sưa trình tấu, như không cần biết có ai xung quanh. Ông quý tộc giàu có nhưng trong người ông không có bao nhiêu chất âm nhạc, chất thi ca. Ông nhìn cảnh vợ ông (chơi dương cầm) với ông thầy (chơi vĩ cầm) để hết tâm hồn vào bản nhạc. Tiếng nhạc quyện lẫn vào nhau da diết mãnh liệt. Ông hình dung ra một cảnh khác. Ruột gan ông bấn lên nhưng ông ghìm lại. Sau buổi trình tấu, ông vẫn giữ cung cách của một quý tộc, cười nói khen ngợi vợ. Một thời gian ngắn sau đó, thảm kịch xảy ra.

Cách đây ba năm, tôi lên Amazon tìm mua CD bản *The Kreutzer Sonata* cũng do Rubinstein và Szerying trình tấu để nghe lại. Tôi tin rằng tôi hiểu được ý của Tolstoi khi chọn bản sonate này làm nhan đề cho cuốn tiểu thuyết. Tôi tin rằng cái nghi vấn của tôi đúng. Nhưng, thật ra, đúng hay sai không quan trọng. Quan trọng là chính cái nghi vấn đó đã cuối cùng mang đến cho tôi một niềm vui, một may mắn, được thưởng thức một bản sonate tuyệt vời. Riêng đối với nhà văn Trương Bảo Sơn, dù vẫn không đồng ý với ông về cách đặt tên cho bản dịch cuốn tiểu thuyết, tôi luôn kính trọng ông, và rất cám ơn ông đã đem đến cho lớp trẻ chúng tôi vào thời đó một món ăn tinh thần rất có giá trị của Leo Tolstoi.

Leo Tolstoi và Fyodor Dostoyevsky là những tên tuổi lớn của văn học cổ điển Nga, và của cả nhân loại. Ngoài hai nhà văn này, sự hiểu biết của tôi về văn học Nga vào thời còn đi học rất giới hạn. Về sau, do tình cờ, tôi đọc Anton Chekhov qua các bản dịch tiếng Anh và thích tác giả này, đặc biệt các kịch phẩm của ông như *Three Sisters* (Ba Chị Em), *The Cherry Orchard* (Vườn Anh Đào)… Do thích vở *Three Sisters* nên khi biết vở này được trình diễn tại một kịch viện nhỏ, *The Studio Theatre*, tôi đến xem. Nhân vật chính trong kịch là một gia đình có ba chị em và một em trai. Thời trẻ họ sống ở Moscow khi ông cha chỉ huy một lữ đoàn ở đó, cho đến khi ông về hưu cách đó mười một năm. Sau đó họ mất cả cha lẫn mẹ. Giấc mơ của ba chị em là một ngày nào đó họ sẽ về lại Moscow. Nhiều tình tiết và bi kịch được dựng lên từ đó. Lời lẽ trong vở kịch trình diễn ở *The Studio Theatre* hơi khác trong bản dịch tiếng Anh trong sách một chút. Tối hôm đó, sau khi dự vở kịch xong, về lại nhà, nghĩ lại vở kịch, tôi nhớ nhất câu nói và cách nói của người đóng vai Irina (cô em út) nói với Olga (cô chị cả): *"Chị*

Olga, em sẽ lấy Nam Tước, em sẽ về Moscow. Tụi mình sẽ về Moscow." Và rồi, tôi nghĩ đến một buổi tối ở giảng đường của trường Đại Học Duyên Hải trên đường Yersin, Nha Trang. Tối hôm đó, bạn tôi, giáo sư Bửu Ý, thuyết trình một đề tài đặc biệt: *"Văn Chương Trên Giấy, Văn Chương Trên Sàn Gỗ."* Trong phần thuyết trình, một sinh viên Việt Hán, Dương Đề, được Bửu Ý chọn lên trình bày vài diễn xuất ngắn. Những câu nói trong phần diễn xuất của Dương Đề luôn chấm dứt bằng câu "Ngày mai tôi sẽ về Sài Gòn." Bao nhiêu năm đã trôi qua, tôi vẫn còn nhớ khá rõ dáng điệu của Dương Đề khi vừa đi vừa nói câu đó trên sân khấu. Bửu Ý là một học giả nổi tiếng, dạy văn chương Pháp ở Đại Học Huế, và cũng là một kịch tác gia. Kịch phẩm Sương Hồng và Tuyệt Địa của Bửu Ý đã được xuất bản và trình diễn ở Sài Gòn trước 1975. Bửu Ý được mời phụ trách tín chỉ nhiệm ý về kịch nghệ cho sinh viên Duyên Hải và cùng với thầy Bửu Phi giúp sinh viên thực hiện một vở kịch cho đại học. Sau 1975, Bửu Ý có thời gian làm chủ nhiệm ban Văn Chương Pháp ở Đại Học Huế, nhiều lần được mời sang giảng dạy ở Pháp. Anh cũng được tưởng thưởng một huy chương cao quý của Pháp do chính đại sứ Pháp tại Việt Nam đích thân trao tặng. Tuy nhiên, không thấy Bửu Ý còn dính dấp gì đến kịch nghệ. Vở kịch năm xưa chắc chắn không thể nào được tái bản. *"Văn chương trên sàn gỗ"* cùng với trường Đại Học Duyên Hải đã hoàn toàn đi vào quá khứ.

Nhiều thứ đã đi vào quá khứ nhưng vẫn để lại những dấu vết sâu đậm trong tim mình. Tôi muốn nói về một câu chuyện thật, được kể lại để làm nền cho tác phẩm *The Bridge on the Drina* (Chiếc Cầu trên sông Drina) của nhà văn Nam Tư (Yugoslavia) Ivo Andrić, giải thưởng văn chương Nobel 1961. Tác phẩm lấy bối cảnh của thành phố Visegrad của Bosnia từ thế kỷ 16 trở về sau. Đây là nơi thường xuyên chứng kiến những tranh chấp tàn bạo giữa hai đế chế Thổ và Áo-Hung, và cũng là tranh chấp giữa Hồi Giáo với Thiên Chúa Giáo (gồm Công Giáo và Chính Thống Giáo) liên tục suốt 400 năm. Để ngăn chặn sự phát triển của Thiên Chúa Giáo, người Thổ tổ chức bắt cóc những đứa con nít thuộc gia đình Thiên Chúa Giáo, thường là những gia đình nghèo, đưa sang vùng cai trị của Thổ, bên kia sông Drina. Những đứa bé này được cải sang đạo Hồi và lớn lên như người Thổ. Rất nhiều bà mẹ đưa con đi chợ với mình, quay nhìn lại không thấy con đâu, rượt theo kẻ cướp cho đến bờ sông Drina, dừng lại, ngơ ngác nhìn theo chiếc phà chở con qua sông. Lúc đó, phà là phương tiện duy nhất để qua sông. Bên kia là vùng cai trị của đế quốc Thổ.

Thời gian đầu ở Mỹ, cả gia đình tôi còn lại Việt Nam. Hình ảnh những bà mẹ đứng ngơ ngác bên này sông Drina luôn ám ảnh. Có nhiều đêm, tôi nằm mơ thấy dẫn các con đi chơi, đang ngồi ăn uống vui vẻ, chợt nhìn lại không thấy con mình đâu. Tôi thức dậy, tim còn nhói. Mãi sau này, bao nhiêu năm sau khi đã đoàn tụ đầy đủ với gia đình, những giấc chiêm bao như vậy thỉnh thoảng vẫn hiện ra. Tôi đồng cảm với cái nhói tim của ông Tể Tướng Thổ, Mehmed-paša Sokolović. Một trong những đứa bé bị bắt qua sông Drina như đã nói trên đây được một gia đình quyền quý Thổ nhận làm con nuôi, đổi đạo, đổi tên. Lớn lên, nhờ tài năng, thăng lần lên đến bậc thang cuối cùng của danh vọng, giúp đế quốc Thổ bành trướng tận Trung Âu, giữ chức Tể Tướng (First Grand Vizier) cho Thổ. Với ông Tể Tướng Thổ, chuyện đứa bé bị bắt đưa qua sông ngày nào tưởng đã hoàn toàn đi vào quá khứ. Nhưng không, có người nói là ông thường bị những cơn nhói tim. Vào một lúc như vậy, có lẽ, ông làm một quyết định lớn là cho xây một chiếc cầu qua sông Drina. Xây từ năm 1566 nhưng mãi đến 5 năm sau mới hoàn tất. Và, từ đó, cây cầu cũng như con sông tiếp tục chứng kiến bao đổi thay, bao bi hài kịch của cuộc đời, và cả bao tàn phá lẫn xây dựng.

Ở trên, tôi có nói về buổi thuyết trình của Bửu Ý trong một giảng đường của Đại Học Duyên Hải. Cũng chính trong giảng đường đó, một người bạn khác, nhà thơ Huy Tưởng, đã trình bày một đề tài về Thi Ca. Tôi xin kể lại đây câu chuyện mở đầu của Huy Tưởng. Có một ông thần, một buổi tối đẹp trời ông bay qua một con sông, nhìn xuống thấy một người con gái đang tắm dưới ánh trăng. Ông đoán đó là một hình ảnh đẹp và ông muốn biết nó thực sự đẹp như thế nào, ông muốn tận hưởng nó. Ông phải đến gần. Sợ gây tiếng động mạnh làm cô gái hoảng sợ, ông biến thành một con chuột, nhẹ nhàng đến gần cô gái. Tuy nhiên, là chuột thì cái ham thích chỉ là những rác rưởi trên bờ sông, nó không màng gì đến cô gái, nó không thấy cô gái đẹp chỗ nào. Thất bại. Ông biến ra nhiều hóa thân khác. Có hóa thân là một vị hoàng đế trẻ đẹp, quyền uy. Nhưng, khi thấy cô gái, vị hoàng đế chỉ muốn ra lệnh đưa nạp cô vào cung. Thất bại. Và, nhiều thất bại tiếp theo. Cuối cùng, ông quyết định biến thành một thi sĩ. Người thi sĩ thấy được cái hồn nhiên, thanh thoát của cô gái, và cái đẹp tuyệt vời của sự quyện lẫn giữa thân xác mịn màng với trăng vàng long lanh trên mặt nước. Ông thành công.

Huy Tưởng! Bạn đang ngồi đâu đó, nếu có đọc những dòng chữ này xin đừng cười. Dĩ nhiên là tôi… cương. Bao nhiêu năm tháng đã qua rồi, làm sao tôi nhớ cho đúng hết những gì bạn nói. Nhưng, tôi tin là tôi không sai ý. Dầu sao, tôi cũng chỉ muốn mượn câu chuyện này để nói đôi lời với các bạn trẻ. *Hãy đem văn chương vào đời sống. Dù có làm thơ hay viết văn hay không, hãy đến với cuộc đời bằng tâm hồn của một thi sĩ. Bạn sẽ thấy cuộc đời đẹp hơn. Bạn sẽ thấy con người đẹp hơn*. Dĩ nhiên, bạn vẫn có thể làm thơ hay viết văn mà lại không đến với cuộc đời bằng tâm hồn một thi sĩ. Nhưng, đây là câu chuyện khác.

Khi nhắc đến thành phố Visegrad, nơi có cây cầu được xây

qua sông Drina, tôi nhớ đến cái thành phố tôi đã sống suốt tuổi thơ. Như nhiều người, tôi thỉnh thoảng vẫn có một ước mơ biết là không thể có, là có lại cái tuổi trẻ của mình. Của những ngày mà ba má tôi còn, tất cả anh chị em tôi còn và cái hồn nhiên của tôi còn. Chỉ là mơ ước, dĩ nhiên! May mắn là bên cạnh những cái không còn đó, có những cái vẫn còn. Những con sông chảy qua thành phố, và biển. Từ một con sông chảy ra biển, một sớm nào tôi đã theo đó mà ra khơi. Tôi đã hò hẹn với con sông, với biển, và với bao nhiêu người là tôi sẽ trở lại. Và, tôi đã gặp lại rất nhiều trong số đó. Tôi nhớ mấy câu thơ của một người bạn Nha Trang của tôi, nhà thơ Hải Phương:

Cám ơn biển
biển trùng khơi con sóng vỗ
trăm nhánh sông hò hẹn chuyến đò qua
……..

Maryland, cuối tháng 7 năm 2017

Vị Trí Của SÁNG TẠO Trong Sự Phát Triển Văn Học Miền Nam Sau 1954

(Bài viết này đã được tác giả trình bày tại cuộc hội thảo HAI MƯƠI NĂM VĂN HỌC MIỀN NAM 1954-1975 tổ chức tại Nam California – Tháng 12/2014)

Tháng 10/1956, tạp chí *Sáng Tạo* ra đời, đóng góp vào sự phát triển của nền văn học miền Nam vào một giai đoạn đầy biến động của đất nước. Trong suốt hơn 20 năm, từ 1954 đến 1975, có rất nhiều nỗ lực khác nhau, cá nhân hay tập thể, trong hay ngoài văn giới, đóng góp vào sự phát triển này. Thế nhưng, đóng góp của *Sáng Tạo*, như một tạp chí, một vận động văn học, và như một tập thể, vẫn có một tính cách đặc biệt và giữ một vai trò quan trọng.

Những trình bày sau đây nhằm nhìn lại và đánh giá vị trí đặc biệt đó của *Sáng Tạo* trong sự phát triển của văn học miền Nam sau 1954.

MIỀN NAM TRƯỚC KHI SÁNG TẠO XUẤT HIỆN

Để nhận định công bình và đứng đắn về vị trí của *Sáng Tạo*, không thể không nhìn lại bối cảnh của miền Nam trước khi tạp chí này ra đời. Một bối cảnh chằng chịt với những biến cố dồn dập tại Việt Nam, cùng lúc với những đổi thay vùn vụt trên thế giới.

Cho đến 1954, chính quyền Quốc Gia Việt Nam vẫn chưa hoàn toàn độc lập. Quân đội được đặt dưới quyền chỉ huy tối cao của Bộ Tổng Tư lệnh Pháp. Các giáo phái có quân đội riêng, kiểm soát một số địa phương riêng. Lực lượng Bình Xuyên nắm công an cảnh sát, làm chủ sòng bạc Kim Chung và khu ăn chơi Đại Thế Giới. Dinh Độc Lập (lúc đó còn mang tên Dinh Norodom hay Dinh Toàn Quyền), biểu tượng cho uy quyền quốc gia, vẫn trực thuộc Phủ Cao Ủy Pháp. Viện Đại Học cũng do người Pháp quản lý.

Một khúc quanh lớn của lịch sử bắt đầu vào tháng 7/1954 khi Hiệp định đình chiến Genève được ký kết, chia đôi đất nước dọc vĩ tuyến 17. Chỉ một tháng sau đó, cuộc di cư của gần một triệu đồng bào miền Bắc bắt đầu. Tháng 9, Pháp giao trả Dinh Norodom về chính phủ miền Nam. Thủ tướng Ngô Đình Diệm đã quyết định đổi tên Dinh thành Dinh Độc Lập. Tháng 10, lực lượng Pháp rút ra khỏi Hà Nội. Tháng 12, Hoa Kỳ tuyên bố viện trợ cho miền Nam. Tháng 1 năm sau, thủ tướng Ngô Đình Diệm ra lệnh đóng cửa sòng bạc Kim Chung và khu ăn chơi Đại Thế Giới. Tháng 4, chính phủ miền Nam dẹp tan lực lượng Bình Xuyên và thống nhất quân đội. Cũng trong tháng 4, Viện Đại Học được Pháp chuyển giao. Tháng 7, Chủ tịch Hồ Chí Minh công du Trung Quốc, Liên Xô và tiếp nhận viện trợ của hai nước này. Tháng 10, Thủ tướng Ngô Đình Diệm tổ chức trưng cầu dân ý truất phế Quốc trưởng Bảo Đại, thành lập Việt Nam Cộng Hòa. Tháng 12 năm đó miền Bắc cho thi hành chính sách cải cách điền địa và mở chiến dịch đấu tố địa chủ trước các tòa án nhân dân.

Tháng 2/1956, tại Đại hội Cộng sản lần thứ 20, Khrushchev kịch liệt đả kích cá nhân và sai lầm trong chính sách của Stalin. Tháng 6, chính phủ miền Nam tuyên bố các quần đảo Hoàng

Sa và Trường Sa thuộc chủ quyền Việt Nam. Cũng trong tháng đó, thợ thuyền ở Poznan (Ba Lan) biểu tình bạo động, bị lực lượng nội an thẳng tay đàn áp. Tháng 7, Ai Cập quốc hữu hóa kênh đào Suez. Tháng 10 năm đó, cuộc chiến giữa Ai Cập với Do Thái và Anh-Pháp xảy ra. Đồng thời, cuộc cách mạng Hung Gia Lợi bùng nổ.

Những biến cố trên đây, cùng với nhiều biến cố dồn dập khác, ảnh hưởng mạnh vào tâm tư các thành phần thanh niên và trí thức trẻ ở miền Nam, đặc biệt là thành phần mới di cư từ miền Bắc. Những sự kiện mang ảnh hưởng tiêu cực từ phe xã hội chủ nghĩa đã củng cố niềm tin vào sự chọn lựa chính trị và vào đời sống con người ở vùng đất mới của quê hương. Thanh niên miền Nam cũng choàng tỉnh sau một thời gian sống khá lặng lẽ giữa những mâu thuẫn về lý tưởng và thực tế phát sinh từ biến động Mùa Thu 1945. Sự va chạm giữa đồng bào miền Nam với đồng bào di cư từ miền Bắc hay những đồng bào trở về từ các vùng do Việt Minh kiểm soát chỉ xảy ra trong một thời gian rất ngắn, sau đó lại là những hội nhập vừa có tính bổ sung vừa có tính kích động. Những mặc cảm lệ thuộc trước đây cũng không còn nữa. Những ý thức mới trong văn học và nghệ thuật và không khí hồi sinh của thế giới phương Tây sau thế chiến bắt đầu đánh thức họ.

Trong khi đó, ở lãnh vực văn học nghệ thuật và báo chí, miền Nam có một hụt hẫng rõ rệt. Tờ tạp chí có nhiều ảnh hưởng đối với thành phần trí thức và thanh niên Sài Gòn là tờ *Đời Mới* của Trần Văn Ân, với sự cộng tác của Hồ Hữu Tường, Nguyễn Đức Quỳnh, thì vì liên hệ của các ông Ân, Tường với nhóm Bình Xuyên nên bị đóng cửa. Mà thật ra, đến thời điểm đó, nội dung *Đời Mới* cũng không còn thích hợp với những suy nghĩ mới của quần chúng. Một số nhà văn miền Nam được ưa chuộng như Vũ Anh Khanh chẳng hạn, thì ra Bắc tập kết[1]. Nhà văn được trọng vọng như Nhất Linh thì hoàn toàn im lặng. Lớp trẻ học bài nói về ông ở trung học rất hâm mộ ông, không hề biết là ông đang ở đâu. Nhà văn Đỗ Đức Thu làm chủ tịch Văn Bút Việt Nam nhưng chẳng có sinh hoạt hay công trình sáng tác văn học nào đáng kể. Cho đến nay, chẳng mấy ai nhớ là vào lúc đó ông làm những gì.

Trong một hoàn cảnh như vậy, một bên là không khí sôi động về tâm lý và xã hội nơi quần chúng và nhất là nơi giới trẻ, một bên là thái độ lặng lẽ nơi đa số trí thức và văn nghệ sĩ đã thành danh, tạp chí Sáng Tạo ra đời. Thật ra, vào lúc đó, cũng có một số nỗ lực tương tự xuất hiện, như trường hợp của các tạp chí *Mùa Lúa Mới* hay *Thế Kỷ Hai Mươi*, nhưng chỉ được vài số và ảnh hưởng không đáng kể. Chỉ có sự xuất hiện cũng như cách xuất hiện của *Sáng Tạo* mới có thể được xem là “điểm đổi hướng” trong sinh hoạt văn học nghệ thuật miền Nam.

Điều đáng để ý là cũng vào thời điểm này, miền Bắc chứng kiến sự bùng nổ của phong trào *Nhân Văn Giai Phẩm*. Không biết những phản ứng của văn nghệ sĩ và trí thức đối với thực tại ở hai miền chỉ là ngẫu nhiên hay thật ra, cả hai đều chịu sức đẩy chung của thời đại và lòng khao khát đưa nghệ thuật vươn tới trước. Thế nhưng, nhìn sâu hơn, cách dấn thân của văn nghệ sĩ và trí thức ở hai miền quả có khác nhau, và, như mọi người đều biết, phản ứng của quần chúng và, đặc biệt, của giới cầm quyền thì hoàn toàn trái ngược.

ĐÓNG GÓP CỦA SÁNG TẠO

Số đầu tiên của *Sáng Tạo* ra mắt vào tháng 10/1956. Trước đó, những khuôn mặt chính của *Sáng Tạo* như Mai Thảo, Thanh Tâm Tuyền, Duy Thanh, Ngọc Dũng v.v... đã có một số công trình tạo cho họ một vị trí khá đặc biệt trong văn học và nghệ thuật ở miền Nam. Mai Thảo xuất bản *“Đêm Giã Từ Hà Nội”* vào năm 1955. Duy Thanh, Ngọc Dũng đã tổ chức nhiều cuộc triển lãm hội họa. Thanh Tâm Tuyền đã hoàn thành tập thơ tự do *“Tôi Không Còn Cô Độc”* và ra mắt cũng trong tháng 10 năm đó.

Người chủ trương cũng là người đứng đầu nhóm *Sáng Tạo* là nhà văn Mai Thảo, lúc đó chưa tới 30 tuổi. Trong một bài viết trên báo *Văn* (Sài Gòn) vào 1970, Mai Thảo có ghi lại về thời kỳ này như sau:

"Bấy giờ là vào khoảng hai năm 1956-1957. Những dấu chân một triệu của vượt tuyến kín trùm đất nước, vừa đặt xuống những ruộng đồng và những rừng núi mênh mông bát ngát của miền Nam. Những hành trình trong đêm tấp nập cặp bến lúc ngày dựng. (...) Lịch sử và chuyển đổi tàn nhẫn đột ngột của thời thế đẩy trọng tâm đời sống từ một vùng trời này tới một vùng biển khác. Nhưng cái hướng xô đẩy đích thực là từ sau lưng đẩy về trước mặt, quá khứ đẩy vào tương lai. (...) Không khí cũ, không thở cùng được nữa. Những khuôn vàng thước ngọc xưa không còn đo lường được những kích thước bây giờ. Và đời sống là đi tới. Không lùi, không giậm chân một chỗ.

Trong một thực tại đầy đặc những chất liệu của sáng tạo và phá vỡ như vậy, văn học nghệ thuật mặc nhiên không thể còn là tả chân Nguyễn Công Hoan, lãng mạn lối Thanh Châu, những khái niệm Xuân Thu, những luận đề Tự Lực. Mà vươn phóng từ một thoát ly để đưa tới một hình thành, hóa thân từ một chặt đứt, bằng những thí nghiệm và những khám phá, chứng minh rằng cái bây giờ ta đang sống tuyệt đối không còn một đồng dáng một đồng tính nào với cái hôm qua đã tách thoát đã lìa xa. Chất nổ ném vào. Cờ phất. Xuống núi, xuống đường. Ra biển ra khơi. Và cuộc cách mạng tất yếu và biện chứng của văn chương đã bắt đầu." [2]

Trong suốt 31 số liên tiếp, *Sáng Tạo* đã không ngừng cổ võ cho những thí nghiệm và khám phá trong nghệ thuật. Điển hình nhất cho những thí nghiệm và khám phá này là những sáng tác của Thanh Tâm Tuyền và Duy Thanh.

Thanh Tâm Tuyền xuất hiện như một hiện tượng trong thi ca. Ông được đón nhận khá vồn vã. Có thể vì là hiện tượng hơn là sự cảm nhận thật của độc giả đối với thơ của ông. Nhu cầu có một cái gì mới quá lớn vào thời kỳ đó. Cả một thời gian dài, khi nói đến sự khám phá hay phá vỡ trong văn học, người ta nghĩ đến Thanh Tâm Tuyền hơn là Mai Thảo. Mặc dầu Mai Thảo đứng đầu nhóm Sáng Tạo và chủ trương khám phá trong nghệ thuật với tất cả nhiệt tình, văn của ông và cả thơ của ông cũng không hàm chứa một phá vỡ thật sự như vậy. *"Đêm Giã Từ Hà Nội"* của Mai Thảo là tác phẩm đầu tiên và cũng là một trong những tác phẩm nổi tiếng nhất của ông, không có tính phá vỡ đó. Nhiều bài thơ của ông khá hay. Cũng không có tính phá vỡ đó. Trong một bài thơ ông chép tặng cho Đinh Cường vào 1956, có những câu như thế này:

Tôi đứng hoàng hôn trong cửa tối
Nhìn người bình minh vào cuộc đời
Người đi ánh sáng qua đêm tối
Người đi ánh sáng qua thời gian
(MT - Ngày Mai Vui)

Thanh Tâm Tuyền hoàn toàn khác. Ông đến với độc giả Việt Nam, đa số vào lúc đó chỉ quen thuộc với cách làm thơ của Xuân Diệu, Huy Cận, hay những nhà thơ tiền chiến nói chung, một cách đột ngột, vừa phũ phàng vừa hấp dẫn. Bằng những câu như:

một câu thơ hay tự nhiên như lời nói
bài thơ hay là cái chết cuối cùng

giã từ cái giường cái bàn cái ghế
một người hai người và ba người

một người hai người và ba người
(TTT - Định Nghĩa Một Bài Thơ Hay)

hay:

tôi thèm giết tôi
loài sát nhân muôn đời

tôi gào tên tôi thảm thiết
thanh tâm tuyền
bóp cổ tôi chết gục
để tôi được phục sinh
(TTT - Phục Sinh)

Những bài thơ của ông, cùng với cách trình bày những bài thơ đó trong Sáng Tạo, quyến rũ nhiều độc giả. Hiểu được hay không, cảm được hay không, qua thơ Thanh Tâm Tuyền, họ bắt đầu tin rằng thi ca có một cái cõi khác, ngoài cái cõi thi ca mà họ vốn biết. Điều đó khích động sự tìm tòi của nhiều người. Những người mới làm thơ sợ những nét ước lệ hơn trước. Đồng thời, miền Nam cũng bắt đầu có nhiều thi sĩ làm thơ thật lạ lùng, so với trước đây. Có nhiều bài thơ hay cũng như có rất nhiều bài thơ dở. Thơ dở không ai nhớ, nhưng những bài thơ hay đã làm giàu cho nền văn học ở miền Nam, thật ra còn khá nghèo so với nhiều nền văn học khác trên thế giới.

Một điều cần ghi nhận là mặc dầu thường được nói đến như một nhà thơ, Thanh Tâm Tuyền viết nhiều truyện dài đặc sắc. Truyện đầu tay là *"Bếp Lửa"*, xuất bản năm 1957, lúc ông hai mươi mốt tuổi.

Duy Thanh là một họa sĩ, cùng với các họa sĩ khác thuộc nhóm *Sáng Tạo* hay gần gũi với *Sáng Tạo* như Ngọc Dũng, Thái Tuấn, Tạ Ty... có rất nhiều nỗ lực tạo sức sống mới cho hội họa Việt Nam. Theo Huỳnh Hữu Ủy, trong vòng 5 năm, từ 1955 đến 1960 *"những cuộc triển lãm của Duy Thanh, Ngọc Dũng, Thái Tuấn, Tạ Ty liên tục mở cửa, đã gây được nhiều hào hứng, đặt thành vấn đề suy nghĩ cho anh em sáng tác cũng như giới nghiên cứu, phê bình và thưởng ngoạn"*.[3]

Duy Thanh cũng là một nhà văn. Các truyện ngắn của ông thường được xây dựng trên những cảm xúc thật, mãnh liệt và thầm kín, và trên một quan niệm về cái đẹp và về tính nhân bản có thể rất khác với những quan niệm đương thời. *"Giấc Ngủ"* là truyện ngắn tiêu biểu và thành công của ông. Truyện là lời kể của một cô gái quê, nghèo, xấu xí, tàn tật, suốt ngày chỉ bò lê la quanh quẩn trong vài chục thước đất. Ngoại trừ lòng thương của bà mẹ, nghèo khổ và kém may mắn, cuộc đời chẳng có gì để dành cho cô. Một hôm, chợt bất ngờ, một thanh niên vì quá "túng bấn", làm ẩu với cô. Cô mang thai, làm ngạc nhiên và xấu hổ cả làng. Kể từ đó, cô bắt đầu cảm nhận được sự hiện hữu của mình, cảm nhận được tình yêu, ý nghĩa của sự sống, và bắt đầu có hy vọng. *"Đêm ấy tôi mơ thấy tôi đi về làng như một người thường. Bằng hai chân. Ai nấy đều chào hỏi tôi như chính tôi cảm thấy từ trước mình vẫn là người thường. Đến nhà thì có một thằng nhỏ ra đón với mẹ tôi. Trông thấy tôi thằng bé chỉ cười. Mẹ tôi dắt nó đến và bảo: Sao không chào mẹ mày đi. Tôi giơ tay bế nó hôn, rồi hai mẹ con rong chơi trong vườn. Giữa lúc đang đùa với con và đang sống tràn trề hạnh phúc thì tôi hãi hùng chợt thấy cảnh vật như lớn lên và tôi nhỏ dần, nhỏ dần lại. Một cảm giác ớn lạnh suốt sống lưng và tôi chợt thức dậy. Bấy giờ còn là đêm"*. [4]

Những cây viết nổi bật khác của *Sáng Tạo* như Doãn Quốc Sỹ, Quách Thoại, Tô Thùy Yên, v.v... không đặt nặng lắm về những phá vỡ.

Doãn Quốc Sỹ là một nhà giáo. Thế giới văn chương của ông là thế giới rất nhân hậu. Ông không thích tạo dựng nhân vật ác. Nếu phải tạo dựng, cái ác chỉ có tính biểu tượng, ông không làm cho nó sống động. Bộ trường thiên *"Khu Rừng Lau"* gồm 5 cuốn, là một công trình lớn. Ông xây dựng mẫu người yêu quê hương, yêu con người và rất hết lòng với văn hóa. Qua tác phẩm của ông, văn chương gần gũi với giáo dục. Qua con người thật của ông, nhà văn không xa cách với những điều được viết ra trong văn. Ông trở thành biểu tượng của một loại trí thức dấn thân, kiên trì với lý tưởng, quyết liệt với cái xấu mà vẫn nhân ái và độ lượng. Đối với thành phần sinh viên và trí thức trẻ ở miền Nam, ảnh hưởng tích cực đó của ông không nhỏ.

Tô Thùy Yên cũng làm thơ tự do nhưng khác với Thanh Tâm Tuyền, thơ ông không khó hiểu hay không làm ra khó hiểu. Ông không tỏ ra quyết liệt trong nỗ lực phá vỡ những khuôn sáo cũ. Thế nhưng, thơ của ông vẫn có nét riêng, sâu sắc và vẫn có nhạc, vẫn ngang tàng, cô đơn, và rất dễ len vào tâm hồn của người đọc.

tôi mang khắp hình hài những vết bỏng
đi suốt hoàng hôn không hỏi chào ai
(TTY - Tội Trạng)

giữa tầng trời cao chim giục giã
từng giàn như những thủy triều sôi
bạn có nghe, này bạn có nghe
trên đỉnh non nhòa, mây xôn xao
về nơi hẹn nào không hẹn trước
bạn có nghe, này bạn có nghe
vũ trụ miên man chuyển động đều
chim đã bay quanh từ vạn cổ
gió thật xưa, mây thật già nua
...
bìm bịp chiều chiều kêu nước lớn
đi, đi đâu, chèo chống mỏi mê
đến ngã ba, đành theo một lối
tiếc ngẩn không cùng theo lối kia
(TTY - Đãng Tử)

Trước 1975, Tô Thùy Yên chưa xuất bản tập thơ nào. Thật khó để viết về ông cho đầy đủ. Mặc dầu vậy, những người phê bình thi ca miền Nam đứng đắn đều dành cho ông những lời lẽ thật trang trọng.

Quách Thoại cũng là một tài hoa của nhóm. Ông mất sớm. Thơ ông quằn quại nhưng vẫn không cầu kỳ, và gần với thơ cổ điển.

ta thức một đêm trắng
tỏ tình với trăng hoa
ta chết nằm liêu vắng
không bóng người đi qua
(QT - Liêu Vắng)

Ngoài những cây viết nêu trên, *Sáng Tạo* thường xuyên có sự góp mặt của những tên tuổi khác như Trần Thanh Hiệp, Nguyễn Sỹ Tế, Nguyên Sa, Thanh Nam, Thạch Chương, Lý Hoàng Phong, v.v... Đặc biệt trong suốt thời gian tạp chí này hiện diện, nó là một môi trường khích động, làm phát sinh nhiều tài năng của văn học Việt Nam.

Sáng Tạo ra được 31 số thì tạm đình bản. Sau đó tái xuất hiện (*Sáng Tạo* Bộ Mới) được một thời gian nữa thì ngưng hẳn. Thế nhưng, ảnh hưởng của *Sáng Tạo* đối với sự phát triển của văn học miền Nam thì quả thật đã vượt xa cái đời sống ngắn ngủi của tạp chí này.

NHỮNG CỌ XÁT

Cách xuất hiện của *Sáng Tạo* cùng với chủ trương *"những trào lưu cạn dòng phải nhượng bộ dứt khoát cho những ngọn triều lớn dậy thay thế"*, nếu nó lôi cuốn được thành phần thanh niên và trí thức trẻ thì ngược lại đã làm buồn lòng rất nhiều người. Đặc biệt là những nhà văn đã thành danh hay những người chịu ảnh hưởng nặng của văn chương tiền chiến. Theo Võ Phiến, *"cuộc "cách mạng" của* Sáng Tạo *như vậy động chạm đến sự có mặt đầy uy tín của một dĩ vãng: Nhất Linh. Sau đó hai năm, Nhất Linh "xuống núi"...*"[5]

Điều cần nhớ là vào lúc "xuống núi", Nhất Linh được gần như cả nước kính trọng như một thần tượng đầy quyền uy trong văn học Việt Nam hiện đại. Tạp chí *Văn Hóa Ngày Nay (VHNN)* của ông ra mắt ngày 17/6/1958 bán hết sạch ngay lập tức và sau đó phải in thêm cho đủ tiêu thụ. Một hiện tượng chưa từng thấy.

Trên số đầu tiên, trong bài nhan đề *"Văn Hóa Ngày Nay Với Văn Hóa Việt Nam"*, ông viết:

"Văn nghệ Việt Nam hơn mười năm nay vẫn ở trong một tình trạng ngưng đọng, chưa tìm được lối đi. (...) Sở dĩ ngày nay văn nghệ chưa rung cảm được độc giả vì văn nghệ chưa nói được lòng người. Văn nghệ cần phải tìm chân giá trị của nó ở lòng người, và vĩnh viễn sống với loài người. (...)"

Khi Nhất Linh viết những dòng chữ trên đây, tạp chí *Sáng Tạo* đã liên tiếp xuất hiện trong suốt gần hai năm. Nhất Linh chủ trương *"đăng những bài và truyện có giá trị bất cứ thời nào nơi nào."*

Như vậy, vào lúc đó, miền Nam chứng kiến hai vận động văn học đối nghịch nhau. Sự cọ xát giữa hai vận động đó không nhỏ và cũng đồng thời biểu trưng cho sự cọ xát giữa hai quan điểm, hai tâm tình khác nhau của quần chúng thưởng ngoạn.

Không biết rõ trong thực tế phản ứng của nhóm *Sáng Tạo* như thế nào đối với *VHNN*, nhưng sự cọ xát phải lên đến một mức độ trầm trọng. Đến nỗi Nhất Linh đã cho đăng những bài công kích hay chế giễu *Sáng Tạo*. Một cách không công khai như bài viết của Thu Vân trên *VHNN* số 3, hay tương đối công khai như bài viết của Duy Lam trên số *VHNN* Giai Phẩm Xuân 1959: *"(...) đến gần mới biết đó là một họa sĩ của nhóm Sáng Tạo (...) Họa sĩ vẽ tài thật, tác phẩm của họa sĩ thật thể hiện được hết tinh thần và tinh túy nội ngoại của đống rác (...) Bước chân vào tòa báo Sáng Tạo tôi lấy làm lạ vì thấy mỗi người đứng một góc phòng trước một bàn thờ nhỏ treo một bức ảnh bán thân. Họ làm đèn khấn vái rất thành kính và lễ luôn tay. (...) Tôi đến sau lưng văn sĩ M.T. người chủ trương nhóm S.T. anh cũng không hay biết. Lắng tai tôi nghe thấy anh khấn:*

"Trời ơi! Người là một người siêu phàm! Người là tất cả. Người ngự trị trên thế giới này! Ta kính phục người, trọng người vô

vàn!...”Tò mò tôi nhìn lên bàn thờ thì chợt giật mình kinh hoảng vì lạ thay anh M.T. đang lễ ảnh anh M.T.! Qua thăm những bàn thờ khác thì đại loại đều thế cả (...)” [6]

Thực tế, mặc dầu được sự đón nhận vô cùng nồng nhiệt từ lúc đầu, trong sự cọ xát đó, người đọc hờ hững với *VHNN*. Tạp chí *VHNN* kéo dài không được hai năm thì đình bản. *VHNN* quy tụ được rất nhiều cây viết có thực tài. Thế nhưng, nếu nhìn *VHNN* như một vận động văn học thì ảnh hưởng của nó trong sinh hoạt văn học nghệ thuật của miền Nam lại rất khiêm nhường.

Ghi lại những cọ xát đó cùng với cách kết thúc đó chỉ để nói lên một điều: miền Nam đã thay đổi nhiều lắm. Mặc dầu rất kính trọng Nhất Linh, người đọc sách ở miền Nam không còn muốn thu mình trong cái thế giới văn chương của ông nữa. Họ gần với Sáng Tạo hơn. Không có gì sai trong chủ trương “văn phải dựa vào thời gian và dựa không gian để vượt không gian”. Rất đúng là đằng khác. Tuy nhiên cái thế giới văn chương của Nhất Linh ở *VHNN* vẫn còn quẩn quanh trong văn chương của trường ốc. Ngoài văn chương cổ điển Việt Nam và Trung Quốc, nó thu hẹp trong ảnh hưởng văn chương Pháp của thế kỷ 19 cộng với Leo Tolstoy và Dostoevsky của Nga. Trong suốt các số *VHNN*, người đọc không thấy sự hiện hữu của thế kỷ 20, cũng như không thấy có dòng văn học nào khác ở thời đại này.

Vào thời điểm đó, sự khao khát sống vượt ra ngoài cái thế giới nhỏ bé của miền Nam đã rất lớn. Những ý thức về độc lập và bình đẳng cũng đã bắt đầu ăn sâu. Có lẽ vì vậy mà tính cách của xã hội miền Nam và của văn học miền Nam gần với Sáng Tạo hơn là với *VHNN*.

VÀI NHẬN XÉT THÊM VỀ NHÓM SÁNG TẠO

Bên cạnh những đóng góp như đã trình bày trên đây, khi nói về *Sáng Tạo* không thể không nói đến một vài khía cạnh khác, tiêu cực hay tích cực, rất đặc thù của Sáng Tạo.

Những cọ xát với *VHNN* có lẽ không phải chỉ phát sinh từ sự khác biệt về quan điểm, và giá trị nghệ thuật của tác phẩm, mà có thể còn do những yếu tố rất con người. Nếu cái đẹp của nhóm *Sáng Tạo*, ngoài chuyện làm văn chương nghệ thuật, là ở tình bằng hữu của họ, thì có thể cũng chính cái tình bằng hữu đó cũng đã bủa vây họ để tạo thành tinh thần phe nhóm. Không biết sự thật như thế nào, nhưng khi nghĩ đến *Sáng Tạo*, không mấy ai không cảm thấy điều này. Nếu những phản ứng của Nhất Linh hay của Duy Lam chỉ hoàn toàn phát sinh từ vấn đề nghệ thuật, những điều được viết ra về *Sáng Tạo* chắc phải khác đi. Tinh thần phe nhóm trong sinh hoạt văn học nghệ thuật không là điều mới lạ. *Tự Lực Văn Đoàn* chắc cũng có tinh thần đó. Thế nhưng trong những bài viết của họ, những sự xưng tụng lẫn nhau không nhiều, và không có những chữ "quá lớn".

Một khía cạnh tiêu cực của nhóm *Sáng Tạo* là sự thiếu vắng những cây viết nữ nòng cốt, khác với trường hợp của *VHNN*, cũng như của các tạp chí văn học khác xuất bản về sau này. Bên cạnh đó, mặc dầu cổ võ cho những trào lưu tiến bộ, những sáng tác văn học ở *Sáng Tạo* vẫn chưa bao gồm được những sắc thái liên hệ đến người nữ ở những khía cạnh có tính thời đại, xã hội và trí thức, như thấy rõ trong văn học Nhật Bản từ thế kỷ 19.

Sáng Tạo đưa ra những tiêu chuẩn rất cao cho văn học nghệ thuật, nói nhiều đến những phá vỡ, những thử nghiệm, những xông tới. Thế nhưng, ngoại trừ Thanh Tâm Tuyền, hầu hết những văn nghệ sĩ của nhóm đã không đi trọn con đường nghệ thuật của họ theo tinh thần đó. Không phải là tác phẩm sau này của họ tầm thường. Nó chỉ đi không đúng tinh thần đó. Mai Thảo, có công lớn trong vận động văn học của Sáng Tạo, bắt đầu sự nghiệp của ông bằng những tác phẩm hay. Sau đó, ông viết nhiều và tạo một thế giới riêng của ông. Thế giới đó phần lớn lại nặng về tính cá biệt ở phong cách hành văn, sử dụng ngôn từ. Ở độ sâu của nghệ thuật, văn chương của ông không thực sự mới theo cái nghĩa phá vỡ. Sáng tác của ông hầu hết cũng không đủ lớn để tồn tại lâu với thời gian, như nhiều tác phẩm của Tự Lực Văn Đoàn trước 1945, hay của Võ Phiến, ở cùng thời với ông. Duy Thanh cũng vậy, ông viết được một vài truyện ngắn hay và có thể xem là rất mới ở thời điểm đó. Ông cũng được xem là một họa sĩ có khả năng tiên phong, được mến chuộng về cả tài năng lẫn tánh tình. Không hiểu vì sao, sau đó không thấy ông tiếp tục theo chiều hướng như vậy. Sau này, không mấy ai còn thấy những sáng tác mới của ông, cả trong văn chương lẫn hội họa.

Sau biến cố 1975, *Sáng Tạo* có nhiều người ở tù, và ở tù rất lâu. Như Doãn Quốc Sỹ, Tô Thùy Yên, Thanh Tâm Tuyền, v.v... Đặc biệt, những nhà văn, nhà thơ này vẫn tiếp tục sáng tác, ở trong tù, cũng như sau khi ra khỏi tù. Có một số bài đặc sắc, như bài thơ *"Ta Về"* của Tô Thùy Yên. Điều đáng tiếc là nói chung sáng tác của họ không nhiều, không lớn để biểu trưng đúng mức nỗi đau kinh hoàng của dân tộc và của cả chính họ. Điều đáng ghi nhận, văn chương của họ không mang chút oán hờn nhỏ bé. Riêng về Thanh Tâm Tuyền, sáng tác của ông có những nét đặc biệt cần được trình bày ở đây.

Trước 1975, đọc thơ Thanh Tâm Tuyền, người ta thấy ở nơi ông nhiều ý tưởng lạ. Người ta thấy ông đặt tiêu chuẩn cao cho thơ. Người ta biết ông có một quan niệm về thơ không giống rất nhiều người, ông có một cõi thơ riêng. Tuy nhiên, ngoại trừ một ít bài, thơ ông khó gần với người đọc. Sau này, đọc thơ ông xuất hiện ở hải ngoại dưới bút hiệu Trần Kha hay những bài trong tập thơ mới xuất bản năm 1990 [7], sự xa cách đó không còn nữa. Nhiều bài thơ sau này của ông tuyệt vời. Bây giờ ông là một nhà thơ tự do đúng nghĩa. Ông không tránh né thơ cổ điển. Ông làm thơ lục bát, thơ ngũ ngôn, thơ thất ngôn... và dĩ nhiên rất nhiều thơ tự do. Gần như bài nào cũng đặc sắc. Và, vẫn là thơ Thanh Tâm Tuyền. Tôi cho rằng ông là người duy nhất trong nhóm vẫn tiếp tục đi tới trên con đường rất khó mà ông đã chọn.

Trông lên đồi núi mờ sương
Mưa bay tất tưởi mưa rong tần ngần
Tiêu điều ngơ ngác trại quân
Đất lầy bùn đỏ gánh chân ghê người
(TTT - Ngày Đến)

Tuột dốc té nhào trên hẻm núi
Chết điếng toàn thân trong giây lâu
Mưa rơi đều hạt mưa phơi phới
Ngày đang tàn hiu quạnh rừng sâu
(TTT - Ngã Trên Núi Việt Hồng Ở Yên Báy Khi Đi Vác Nứa)

Em, em có hay kẻ tội đồ biệt xứ
sớm nay về ngang cố quận
Xao xuyến ngây ngô hắn dọ hỏi
bóng tối sâu thẳm

Đêm vây hãm lụn dần
Thủ thỉ mưa ru ngày khốn đốn
(TTT - Bài Nhớ Thi Sĩ)

Cho đến nay, giữa những bài thơ tù đã được xuất bản của Việt Nam, khó tìm những bài thơ hay hơn.

KẾT LUẬN

Những trình bày trên đây chỉ nên được xem như một cố gắng đánh giá công bình về sự đóng góp quan trọng của một nhóm văn nghệ sĩ cho văn học, nghệ thuật Việt Nam. Dù sống trong hoàn cảnh chiến tranh của đất nước, dù sống tha hương, dù trong tù tội.

Nhận định những công trình cũ cũng có thể được xem như một cách thưởng ngoạn hay như một hồi tưởng. Quan trọng hơn cả, đó cũng là một cách để nhìn, để đánh giá hiện tại và tương lai. Văn Học Miền Nam phát triển trong hoàn cảnh một đất nước bị chia đôi và chỉ có năm năm vắng tiếng súng. Đất nước chúng ta ngày nay đã thống nhất và trải qua gần bốn mươi năm thanh bình, theo cái nghĩa không có bắn giết nhau bằng súng đạn. Qua cái thời gian dài đó, văn học chúng ta, ở trong hay ngoài nước, đã vượt đi những chặng đường nào?

Bài viết này không nhằm trả lời câu hỏi đó. Chỉ xin ghi lại những dòng chữ của Mai Thảo, viết 45 năm trước đây tại Sài Gòn:

"Nghệ thuật hôm nay phải nói được chúng ta, trình bày được tâm trạng, đời sống lớp người chúng ta, nếu không nó sẽ chẳng bao giờ nói được gì hết. (...) Đời sống không dừng lại. Nghệ thuật thì không ngừng đổi thay theo đời sống đi tới, và nhà văn luôn luôn đứng trước những vấn đề mới đặt ra, từng phút từng giây (...) nghệ thuật ta đã và vẫn còn phải là một lên đường. Bằng những thí nghiệm không ngừng. Bằng những khám phá không mỏi." [2]

Virginia, tháng 12 năm 2014

CHÚ THÍCH:

1. Vũ Anh Khanh là tác giả bộ truyện *"Nửa Bồ Xương Khô"*, trong đó có bài thơ nổi tiếng *"Tha La Xóm Đạo"*. Theo nhà văn Võ Phiến, Vũ Anh Khanh sau 1954 vượt tuyến vào Nam bị bắn chết trên sông Bến Hải.

Xem *"Văn Học Miền Nam Tổng Quan"* của Võ Phiến, Văn Nghệ (California) xuất bản.

2. Mai Thảo, *Đứng Về Phía Những Cái Mới*, in lại trong Tuyển Tập Sáng Tạo, Sống Mới xuất bản (California, 1980)
3. Huỳnh Hữu Ủy, *Nghệ Thuật Tạo Hình Sài Gòn Trước Năm 1975*, tạp chí *Hợp Lưu* số 10 (California, 1993)
4. Duy Thanh, *Giấc Ngủ*, in lại trong *Tuyển Tập Sáng Tạo* (sđd).
5. Võ Phiến, sđd, trang 185.
6. Duy Lam, *Đầu Năm Xông Đất*, *Văn Hóa Ngày Nay* số 8, Giai Phẩm Xuân (Sài Gòn, 1959)
7. Thanh Tâm Tuyền, *Thơ Ở Đâu Xa*, Trầm Phục Khắc xuất bản (California, 1990)

Vài Suy Nghĩ Về Tuyển Tập "Mây Chó" Của Võ Đình

Mây Chó là một tuyển tập gồm mười truyện và mười chuyện của Võ Đình, do Tổ Hợp Xuất Bản Miền Đông Hoa Kỳ xuất bản tháng 5/2004.

Tôi thích những nhận xét sau đây của Nguyễn Hưng Quốc và Trần Vũ về một số truyện của Võ Đình đã xuất bản trước *Mây Chó* tôi đọc được trong phần phụ lục của tác phẩm này:

[...] khác với các nhà văn hiện thực cổ điển hay hiện đại, ở Võ Đình, giữa bức tranh hiện thực bỗng dưng, có lúc, xẹt ngang những tia chớp kỳ ảo. Nó xẹt ngang rồi nó biến mất... Cuộc đời, nhờ thế, trở thành một kết cấu phức tạp, trùng trùng điệp điệp, hết lớp này đến lớp khác, đầy bất ngờ và đầy bí ẩn. Câu chuyện, nhờ thế, trở thành thăm thẳm như không có đáy [...] (Nguyễn Hưng Quốc)

[...] Bước vào truyện Võ Đình là bước vào thế giới đầy không khí, tĩnh mịch gần như không có tiếng động nào khác ngoài những tiếng động của tâm linh [...] (Trần Vũ)

Nói chung, đọc Võ Đình từ những tác phẩm đầu tiên như *Xứ Sấm Sét* (1980), *Sao Có Tiếng Sóng* (1991), v.v..., cho đến

Huyệt Tuyết (2002), tôi luôn nhận thấy ba điểm nổi bật trong văn chương của ông. Thứ nhất, ông viết bằng tất cả những rung động, hiểu biết, suy tư, kinh nghiệm của một con người toàn diện với tài năng và vốn sống rất đặc thù của ông. Ông đem tất cả vào tác phẩm một cách tự nhiên, đúng lúc, đúng chỗ, không thừa không thiếu. Qua văn ông, người đọc thấy rõ một cá tính rất mạnh, mạnh trong cả ba tính Việt, Pháp, Mỹ – phát sinh từ hoàn cảnh sống đặc biệt của ông – về cả bề dày của văn hóa cùng những thói quen trong ứng xử. Thứ hai, ông tỏ ra có một ham thích đặc biệt và đã rất thành công khi dựng chuyện hay truyện từ những sự việc hay nhân vật rất bình thường hay tầm thường trong đời sống. Chẳng hạn, chỉ từ một người chạy bộ nhìn một đám mây trên trời, ông dựng nên một truyện rất lạ và đặc sắc. Bên cạnh đó, dĩ nhiên, ông vẫn có những truyện tuyệt hay bằng những chuyện rất có "chuyện", như "Anne" (*Lầu Xép*, Văn Nghệ 1997). Sau cùng, dù viết truyện hay chuyện, không khí nghệ thuật, đặc biệt không khí hội họa luôn luôn bao trùm văn chương của Võ Đình. Đưa eros vào truyện hay đưa một đề tài để tranh luận vào chuyện, ông đều nhằm dựng nên một tác phẩm nghệ thuật. Eros, nhiều khi rất bạo; nội dung tranh cãi thường đi tới cùng; nhưng cái cuối cùng người đọc cảm nhận sâu sắc nhất vẫn là một cảm giác bị cuốn hút vào một câu chuyện do một người làm nghệ thuật kể, rất duyên dáng và thông minh. Những yếu tố khác, như tâm lý hay tư tưởng, vẫn có, nhưng luôn luôn là yếu tố phụ. Những điểm nổi bật trên đây đã tạo cho tác phẩm của Võ Đình một chỗ đứng riêng biệt trong văn học Việt Nam.

Khi đọc *Mây Chó*, trước tiên, tôi cũng bắt gặp lại những nét đặc sắc này. Cũng có những truyện rất hay, rất hấp dẫn người đọc, dựng nên từ những vật, những chuyện rất tầm thường trong đời sống hằng ngày mà người đọc không để ý đến, cho đến khi đọc *Mây Chó* bỗng giật mình thấy tác giả đã biến chúng thành văn chương. Những cây nho biển *"... mọc như trường thành, chen chúc rậm rạp trên bờ biển, luôn luôn xao xác vì gió thổi ngày đêm. Thân cây mảnh nhưng u nần, quằn quại từ gốc lên đọt. Lá to bản, tròn trịa, cứng và dày, màu lục xám, gân lá đỏ rực, những đường son sắc nét"*. Rồi một người chạy bộ, lần này không ngước mặt lên trời nhìn mây bay, nhưng cúi nhìn xuống đất xem mình chạy tới đâu và nhìn "những thứ rau cỏ dại hèn mọn ... *tưng bừng nở hoa, những nhánh li ti nhỏ xíu mà màu sắc tươi rói, sáng ngời!*" Rồi một con nhái bén "nằm thu lu trong mấy cái lá vả... *Có lẽ hắn biết là tôi không ham câu cá, cho nên hắn cũng chẳng cần biết đến câu ca dao nọ, nghe thật rầu: Chiều chiều bắt nhái cắm câu / Nhái kêu cái ẹo, thảm sầu nhái ơi.*" Hay, những lá rau tập tàng mà "canh tập tàng, không nên ăn bữa trưa mà phải ăn vào lúc "trời chiều bảng lảng bóng hoàng hôn". *Bởi miếng canh tập tàng dịu ngọt như một chiều êm ả. Bảng lảng tập tàng!*" Rồi một người láng giềng, bệnh tật và bí ẩn, trong một khu chung cư nghèo, trong truyện "Ông 30". Hay một người láng giềng khác, trong truyện "Láng Giềng", một hưu trí viên 65 tuổi nhưng mê... chơi xe lửa, và "chơi" thiệt. Quăng một chiếc xe cũ của con cũng thành một truyện hấp dẫn và thâm thúy, như trong truyện "Rác". Trong *Mây Chó*, những vấn đề liên quan đến hội họa và cách dấn thân của một họa sĩ vẫn tràn ngập trong khá nhiều chuyện, và mỗi vấn đề đều mới, đều khích động sự suy tư của người đọc ("Gô Ganh và Noa Noa", "Nét Bút Của Ông Nguyễn", "Artigras", "Xa Xỉ", "Nghiệp", "Đi và Đến", v.v...).

Tuy *Mây Chó* được xây dựng với những nét đặc sắc rất "Võ Đình" đó, tôi vẫn thấy được nhiều biến đổi từ những sáng tác trước của ông đến tác phẩm này. Dĩ nhiên, mỗi chuyện hay truyện của ông bao giờ cũng mang một nội dung mới. Sự biến đổi tôi muốn nói đến ở đây là về văn phong, về cách chọn đề tài, không khí của truyện, nhân sinh quan, và cả cách kể chuyện của ông. Nói chung, những sáng tác trong *Mây Chó* được viết ngắn hơn, thâm trầm hơn, và nếu như Trần Vũ đã nhận xét là truyện của ông ít tiếng động thì *Mây Chó* càng ít tiếng động hơn. Đề tài cho các truyện trong *Mây Chó* cũng dựa vào những sự việc bình thường hơn. Nói cách khác, ông chọn đi con đường khó hơn cho sáng tác, nhưng ông vẫn đi một cách đĩnh đạc, có vẻ như chậm hơn trong cách kể chuyện nhưng thật ra không phải, mà là tỉnh thức hơn. Thái độ tỉnh thức đó, ông biểu lộ một cách nhẹ nhàng, trong "Người Chạy Bộ II", và nó bàng bạc trong suốt hầu hết những truyện của *Mây Chó*. Nghệ thuật và con người vẫn luôn là những ám ảnh chính trong tác phẩm của Võ Đình, tuy nhiên, ở đây tỏa rộng hơn. Chẳng hạn, trong chuyện "Hắn", khi đang giữa câu chuyện, ông nghĩ đến chuyện nàng Mị Ê và đã trách người viết sử. "Vua Lý Thái Tông 'phạt Chiêm', giết vua Xạ Đẩu, bắt được vương phi Mị Ê. *Trên đường về nước, vua truyền cho Mị Ê qua hầu thuyền ngự. Vương phi không chịu, 'quấn chiên, lăn xuống sông mà tự tử', trong Việt Nam Sử Lược, ông Trần Trọng Kim bảo vậy. Khen bà hoàng hậu Chiêm biết giữ tiết. Không thấy chê ông vua Việt đã thắng trận, giết vua người, lại còn rắp tâm chiếm vợ vua người*". Cách nhìn về con người trong *Mây Chó* cũng hài hòa và lắng đọng hơn. Chuyện đất nước vẫn có thể là một đề tài để viết, như truyện "Cơn Sốt 21 Ngày", ẩn dụ cho cơn sốt 21 năm của đất nước, từ 1954 đến 1975. Nhưng ở đây, hình ảnh nổi bật nhất là của các cô gái quê và một thằng bé mà cái eros được kể ra một cách tài tình, dí dỏm, rất con người, rất có nghệ thuật, nghĩa là rất đẹp. Tính eros được kể trong truyện "Giấc Mơ" cũng vậy, mặc dầu hai truyện này được dựng trên hai bối cảnh khác nhau và trong hai không khí khác nhau.

Nhà văn và người làm nghệ thuật chắc sẽ cảm thấy thấm thía khi đọc các chuyện "Nghiệp" và "Xa Xỉ". Qua các chuyện này, ông muốn đặt lại cái nhìn có thể rất sai lạc hay chủ quan của giới văn nghệ sĩ. Ông nhắc lại một mục tiêu mà ông tin rằng đó mới chính là điểm nhắm tối hậu của nhà văn. "Phẩm chất của sự sáng tạo mới là mục tiêu tối hậu. *Nói đến nghệ thuật là nói đến phẩm chất... nói đến phẩm chất là đã xem người nghệ sĩ như kẻ có bổn phận đầu tiên, và trách nhiệm cuối cùng. Bổn phận đối với bản thân, và trách nhiệm đối với tha nhân*". Ông cũng đưa ra những câu hỏi khá nhức nhối cho người thưởng ngoạn, thường rất khó tính khi cần phải dễ nhưng lại rất dễ tính khi cần phải khó. "Người ta có thể bỏ ra hàng chục ngàn đô-la mua một bộ bàn ghế sang trọng và dàn âm thanh tân kỳ cho phòng khách, nhưng trên bức tường chính chỉ treo một tấm tranh vào hạng tầm thường nhất, tầm thường hơn cả cái khung của nó. *Người ta có thể mua một tủ kính bằng gỗ đẹp, thật đắt tiền, để chưng dăm ba thứ bá láp, nhưng trong nhà tuyệt nhiên vắng bóng những cuốn sách có giá trị*". Những câu hỏi này đáng ra phải là những câu hỏi thường trực của chúng ta ở hải ngoại, nơi mà những vấn đề như bảo vệ và phát huy một nền văn hóa đặc thù của người Việt xa quê hương luôn được nhắc tới. Chẳng hạn như, cộng đồng chúng ta thường hãnh diện về sự thành công vượt bực về kinh tế và nghề nghiệp, nhưng sự thành công đó có đi đôi với mức độ hiểu biết và thưởng ngoạn về văn học, nghệ thuật không?

Tác phẩm của Võ Đình thường là tác phẩm khó đọc... với người dễ tính, và dễ đọc... với người khó tính. *Mây Chó* hài hòa hơn. Tuy vậy, vẫn có đôi lúc, người đọc dù không dễ tính vẫn có đôi chút vấn đề với cái khó tính của tác giả. Chẳng hạn, trong "Nghiệp", ông có nhắc lại sự lựa chọn để sống hoàn toàn cho nghệ thuật của một nhà vật lý chuyên nghiệp kiêm họa sĩ nghiệp dư. Ông ngăn cản quyết định đó của nhà vật lý với rất nhiều lý lẽ. Tôi vẫn chưa hiểu làm sao chúng ta có thể xác định được sự tận cùng của một dấn thân và làm sao chúng ta có tiêu chuẩn chung cho một chọn lựa. Theo ông, đây là một họa sĩ nghiệp dư có tài và có đam mê, vậy thì làm sao biết được ông ta sẽ hạnh phúc hay không với quyết định đó và làm sao biết được có hay không có một ngày nào đó, do quyết định này, ông ta cống hiến cho nghệ thuật nhiều hơn? Tuy nhiên, dù có khó tính mấy đi nữa, câu chuyện Võ Đình viết ra vẫn rất hấp dẫn và nêu lên những luận đề rất nghiêm túc, rất nên được tiếp tục để thảo luận.

Chuyện "Mây Chó" là một chiêm nghiệm của tự thân, và cũng là một chiêm nghiệm chung cho những người làm văn học nghệ thuật, hay bất cứ ai đã phấn đấu, đã đam mê, đã sôi nổi trong một khoảng đời dài. Cùng với thời gian, cuộc đời luôn luôn là một trộn lẫn của tình yêu quê hương với tình yêu những vùng đất, những con người từng sống từng gặp. Nhìn cái ngày hôm nay nghĩ đến cái hôm qua, vui với cái đã làm, ám ảnh với cái lẽ ra không làm, ám ảnh với thực tại, với tương lai. Nhưng không dằn vặt. Và nhìn thật hơn về cái khổ của mình, của dân tộc mình, và... trầm ngâm hơn. "Chúng ta thường nghĩ (và nói, với chút gì nghe như kiêu hãnh) rằng người Việt Nam chúng ta khổ vô cùng. *Khổ lớn, khổ nhỏ, khổ tinh thần, khổ vật chất. Chúng ta có vẻ như quên đi cái khổ triền miên của người dân Do Thái, Palestine, Da Đỏ, Da Đen...*"

Trong tuyển tập *Mây Chó*, tôi thích nhất truyện "Hoặc". Truyện kể về một người đàn ông Việt Nam có một gia đình êm ấm, có địa vị nghề nghiệp hết sức vững vàng, và có một ngôi nhà bề thế. Nói chung, anh có đủ cả, chỉ thiếu cái phòng trống. Và, "anh quyết tâm có cho được cái phòng trống ấy". *"Ngồi trong căn phòng trống không, anh nhẹ nhõm hẳn ra"*. Cuối cùng, trong căn phòng trống đó, vứt bỏ hết mọi thứ lỉnh kỉnh trong cuộc đời, anh thấy gì? Anh đã thấy hiện ra hình ảnh một người đàn bà anh chợt bắt gặp trong một giây phút rất ngắn ngủi khi dừng xe lại nơi một ngã tư đường lúc đèn đỏ. Một cái đẹp? Hay một ám ảnh đầy đam mê? Có phải tác giả muốn nói đến một vứt bỏ cần thiết cho một nhà văn hay một người làm nghệ thuật, muốn đạt được tận cùng cái đẹp, tuyệt vời, ma quái, nhưng mong manh như sương khói? Hay một người, nói chung, muốn sống thật với mình? Ở đây, chắc chắn tác giả phải có chút lấn cấn với quan điểm vứt bỏ của những nhà tu hành thứ thiệt. Với những vị này, nói đến vứt bỏ, là phải vứt bỏ... tất cả. Đây chính là điểm khác nhau giữa một nhà tu với một người làm nghệ thuật. Dĩ nhiên, vì không phải nhà tu, tôi thích lối vứt bỏ này hơn.

Nói chung, tuyển tập *Mây Chó*, vẫn có đủ những nét đặc sắc của Võ Đình, nhưng theo tôi, được viết cô đọng và thâm trầm hơn. Nó có một chỗ đứng đặc biệt trong toàn bộ những sáng tác của Võ Đình mà cho đến nay, không thấy những tác phẩm khác của văn học Việt Nam có cùng lúc nội dung, không khí và phẩm chất tương tự. Cảm giác sau cùng, khi gấp sách lại, là muốn hình dung ra chính mình của hai mươi, ba mươi năm sau. Lúc đó, nếu nghĩ lại cái ngày hôm nay, nghĩ lại cuốn sách đã đọc, nghĩ lại những nơi đã ở, những việc đã làm, những người đã gặp, những người đã đi, chắc sẽ không làm gì khác hơn là ngâm hai câu thơ của Nguyễn Gia Thiều được ghi lại trên bìa sách:

Lò cừ nung nấu sự đời
Bức tranh vân cẩu vẽ người tang thương

Maryland, tháng 5 năm 2004

CUNG GIŨ NGUYÊN: TÁC GIẢ VÀ TÁC PHẨM

Nhà văn Cung Giũ Nguyên sinh năm 1909 tại Huế. Lấy tên thật làm bút danh. Cựu học sinh trường Quốc Học Huế. Trước 1954, làm phóng viên và biên tập viên nhiều nhật báo và tạp chí tiếng Việt và tiếng Pháp. Chủ bút nhật báo Le Soir d'Asie (Á Châu Buổi Chiều) (1940-1941) và nhật báo La Presse d'Extrême-Orient (Viễn Đông Thời Báo) vào 1954. Từ 1947, dạy Pháp văn ở trung học và sau đó làm hiệu trưởng trường trung học Lê Quý Đôn ở Nha Trang. Từ 1972 đến 1975, giáo sư và chủ nhiệm ban Pháp văn tại Đại học Duyên Hải Nha Trang. Từ 1989 đến 1999, giáo sư ngôn ngữ và văn chương Pháp tại trường Cao đẳng Sư phạm Nha Trang. Ông là thầy của rất nhiều thế hệ học sinh và sinh viên Nha Trang, kể cả thế hệ đầu tiên, bước chân vào trường trung học Võ Tánh năm 1947, lúc đó còn mang tên Collège de Nha Trang.

Cung Giũ Nguyên viết văn bằng tiếng Pháp, Việt và Anh. Ông đã sáng tác và dịch trên 50 tác phẩm. Sáng tác đầu tiên bằng tiếng Việt là một truyện ngắn nhan đề "Tình Ái Mỹ" đăng ở Đông Pháp Thời Báo Sài Gòn năm 1928. Sách tiếng Pháp đã xuất bản gồm có: Volontés d'Existence ("Những ý chí sống còn", tiểu luận), Le Fils de la Baleine ("Kẻ thừa tự của ông Nam Hải", tiểu thuyết), Le Domaine Maudit ("Vùng Cấm", tiểu thuyết), ... Đặc biệt, trong vòng một năm, 1956, tiểu thuyết Le Fils de la Baleine đã được tái bản đến lần thứ mười tại Pháp, do nhà xuất bản Arthème Fayard, Paris. Qua năm sau, 1957, tiểu thuyết này đã được dịch sang tiếng Đức và xuất bản tại Genève và Francfort dưới nhan đề Der Sohn des Walfischs.

Tác phẩm quan trọng nhất của Cung Giũ Nguyên là Le Boujoum, tiểu thuyết. Tác phẩm được khởi sự viết một năm sau biến cố 1975 và hoàn tất năm 1980 tại Nha Trang. Cũng trong năm này, một chương trong tác phẩm, Khúc Hát của Amdo ("Le Chant d'Amdo"), đã được đăng tải trên một tạp chí văn học ở Pháp, với lời giới thiệu và ngợi khen đầy nhiệt tình của giáo sư Camille Souyris, chủ biên của tạp chí. ("Fer de Lance", Rythmes et Couleurs, Cannes, France, Décembre 1980). Le Boujoum được dự trù xuất bản ở Pháp vào đầu thập niên 80, nhưng vì nhiều lý do khác nhau, đặc biệt là sự khó khăn tài chánh của nhà xuất bản Arthème Fayard vào lúc đó, sách không ra đời được. Đây là một tác phẩm khó đọc, nó giới hạn số độc giả, và không ai hy vọng nó mang lại một lợi tức tài chánh cho nhà xuất bản. Năm 1993, nhà xuất bản Đại Nam ở Hoa Kỳ đề nghị tác giả dịch Le Boujoum sang tiếng Việt. Tác giả đồng ý và Le Boujoum chuyển sang tiếng Việt thành Thái Huyền, chia làm hai tập. Sau khi xuất bản tập I vào năm 1994, nhà xuất bản lỗ vốn, và quyết định không xuất bản tập II. Cách đây hai năm, một vài học trò cũ của nhà văn Cung Giũ Nguyên quyết định cho xuất bản Le Boujoum. Với một lý do rất đơn giản, ít nhất với những người học trò này, đây là một cuốn sách rất cần được xuất bản, rất đáng được đọc, và không hẳn là một cuốn sách khó đọc như nhiều người nghĩ. Năm 2002, Le Boujoum, tiểu thuyết, dày 654 trang, được Trung Tâm Cung Giũ Nguyên ở Hoa Kỳ xuất bản. Như cái số phận vốn long đong của nó, đến mãi hôm nay, ngày 16/11/2003, nó mới được chính thức ra mắt người đọc, tại giảng đường Luật Khoa Đại Học George Mason, Virginia, Hoa Kỳ.

Trong bài viết này tôi không nhằm làm công việc của một nhà phê bình văn học. Tôi chỉ muốn đóng góp một ít thông tin về con người của tác giả và về bối cảnh để tác giả xây dựng nên tác phẩm.

Cuốn tiểu thuyết được xây dựng bằng một cấu trúc kỳ lạ, có lẽ không giống cấu trúc của bất cứ một cuốn tiểu thuyết nào mà bạn đã đọc. Mở những trang đầu của sách, người đọc có thể cảm nhận được điều đó ngay, khi đọc những câu rất đặc biệt mà tác giả trích dẫn từ cuốn The Hunting of the Snark của Lewis Carroll: *"Bởi Snark (...) là một boujoum, các bạn hãy hình dung đi. Trước kia tôi chẳng hiểu nghĩa nó là gì. Bây giờ tôi vẫn không hiểu."*

Tác giả là một trí thức thuộc tinh thần Phục Hưng, a Renaissance man, có một hiểu biết sâu rộng về nhiều vấn đề khác nhau, nhất là những vấn đề đang chi phối nếp sống, cách suy nghĩ, ước mơ và thao thức của con người. Những nhân vật của truyện và những vấn đề đặt ra trong truyện ít nhiều chịu ảnh hưởng của tinh thần này. Có vẻ như cuốn sách đòi hỏi người đọc phải có kiến thức trong nhiều lãnh vực khác nhau, những kiến thức về toán học hay về cơ học lượng tử chẳng hạn. Thật ra, dù người đọc không có những kiến thức đó, ông ta vẫn có thể tiếp cận được với tác phẩm một cách thoải mái. Cũng giống như trong đời sống thật có biết bao vấn đề mà mình chẳng biết gì hết, mà mình vẫn có thể sống hết mình và tận hưởng được mọi cái thi vị của cuộc sống. Chính những cái "không biết" hiện diện ở trong truyện làm cho nó gần với đời sống thật hơn. Tuy nhiên, nếu bạn cố gắng đi tìm cốt truyện thì không khéo bạn lạc vào một khu rừng rậm không lối ra, cho dù sau khi bạn tin rằng bạn đã tìm được nó.

Là một tín đồ Công giáo, tác giả vẫn hâm mộ và nhận thức

một cách sâu xa những tinh hoa của các tôn giáo khác như Phật giáo, và đặc biệt là Lão giáo. Amdo và Domicella được tái tạo từ Vườn Địa Đàng, cùng với cái đối đãi giữa âm và dương, cái quan niệm trong dương có âm, trong âm có dương, hoặc ý niệm về đâu là chỗ bắt đầu, đâu là chỗ kết thúc, ý niệm về chiều thời gian, lúc nào tới, lúc nào lui, v.v… Tính cách này cũng được biểu lộ rõ rệt khi tác giả chọn hai chữ Thái Huyền cho bản dịch tiếng Việt. Cũng như, khi tác giả cho đăng lại vài dòng trên bức hí họa ở bìa sau của Le Boujoum, lấy từ câu nói của đệ tử một thiền sư Trung Quốc *(Trước khi theo Thầy lên núi học đạo, thấy núi là núi thấy sông là sông. Khi học đạo, thấy núi không còn là núi thấy sông không còn là sông. Sau khi học đạo, thấy núi cũng chỉ là núi thấy sông cũng chỉ là sông)*. Có phải là để người đọc tự vấn "khi đọc sách này, anh thấy sông là sông, hay không phải là sông?"

Cách đây hơn 30 năm, các cựu học sinh của trường trung học Võ Tánh Nha Trang tổ chức một buổi họp mặt tại trường cũ, để thăm lại trường xưa và đồng thời cũng để tỏ lòng nhớ ơn thầy cô giáo cũ của mình. Nhiều cựu học sinh lên phát biểu cảm tưởng. Có người cho rằng cái thời còn đi học ở mái trường thật là tuyệt vời và ước sao mình vẫn còn cắp sách đến trường như thuở nào. Có người tiếc rằng hồi đó mình còn trẻ thơ nên không hiểu được lòng thương yêu vô bờ của thầy cô đối với mình, nếu bắt đầu trở lại, chắc chắn sẽ khác đi, v.v... Nghĩ thật mà nói cũng có, nói cho đúng "sách vở" cũng có, và nói cho phải đạo cũng có. Khi đến lượt thầy Nguyên lên phát biểu, thầy kể câu chuyện về Orpheus trong thần thoại Hy Lạp. Orpheus là vị thần của âm nhạc. Những bài thơ và tiếng hát của ông có khả năng cứu sống cả một đoàn thủy thủ bị ma quỷ hóa hình mỹ nhân ngư để dụ dỗ và ám hại. Ông có một người vợ rất đẹp mà ông rất yêu quý là Eurydice. Trong một cuộc săn đuổi vì chính sắc đẹp của mình, Eurydice bị rắn độc cắn chết. Vô cùng thương xót,

Orpheus tìm mọi cách để cứu vợ. Nhờ tiếng đàn tuyệt vời khiến những vị thần giữ cửa địa ngục xao nhãng, ông lẻn vào được âm cung. Cảm động trước tấm lòng và tiếng hát của Orpheus, các tử thần đồng ý cho Eurydice đi theo ông trở lại thế gian, chỉ với điều kiện là trên đường đi Orpheus không được ngoái nhìn lại Eurydice. Nhưng Orpheus đã ngoái lại, Eurydice liền tan biến và mất vĩnh viễn. Orpheus trở nên điên loạn, cuối cùng kết thúc cuộc đời mình một cách thảm khốc.

Câu chuyện thần thoại đó hầu như ai cũng biết, nhưng những lời phát biểu của ông vào lúc đó gây cho chúng tôi một ấn tượng mạnh về cái ngụ ý ông muốn gởi đến chúng tôi. Có điều, không phải bất cứ bài học nào của thầy cũng được học trò mang theo ra khỏi cổng trường. Nhưng với ông, về điều ông muốn nhắn nhủ chúng tôi, tôi tin ông sống rất thật với nó. Tôi tin chắc thầy Nguyên có rất nhiều mất mát trong đời ông, và dĩ nhiên là ông ý thức rất rõ về những mất mát đó, nhưng ông không bao giờ chịu để chúng đánh gục ông. Tinh thần này bàng bạc trong những sáng tác của Cung Giũ Nguyên. Đồng thời, trong Le Boujoum, cũng có rất nhiều bài thơ và tiếng hát biểu lộ phong cách đó.

Cung Giũ Nguyên khởi đầu viết Le Boujoum từ 1976 và hoàn tất năm 1980 ở Nha Trang. Người đọc có thể cảm nhận được ảnh hưởng sâu đậm của thời gian và không gian này trong tác phẩm. Tôi còn nhớ rất rõ những kỷ niệm với ông vào những ngày cuối tháng 3/1975 tại Nha Trang. Thành phố hỗn loạn. Người chạy tứ tán. Từ nơi khác chạy đến thành phố, từ thành phố chạy đi, chạy loanh quanh ngơ ngác. Một buổi sáng, đài phát thanh phát lệnh truyền cho mọi quân nhân và công chức ở nguyên tại nhiệm sở. Tôi với ông đến dự một phiên họp bất thường của đại học. Phiên họp chưa bắt đầu thì được tin riêng cho biết thành phố đã bỏ ngỏ. Đài phát thanh thật ra chỉ phát lại thông lệnh đã thâu hôm trước, và vẫn còn tiếp tục phát. Tôi thấy ông ngồi im lặng, cuối cùng ông chỉ nói một câu, làm lạnh cả phòng họp: *"Chúng ta thua trận vì chúng ta có quá nhiều người có quyền hành mà vô trách nhiệm."* Tối hôm đó, tội phạm từ quân lao thoát ra, súng nổ suốt đêm, khắp mọi hướng, từ mọi góc đường, không ai phân biệt được từ phe nào, nhóm nào. Thành phố giãy chết. Vài hôm sau, tiếng súng ngưng, những chiếc T54 đầu tiên tiến vào thành phố, và một giai đoạn mới bắt đầu.

Tôi vẫn tiếp tục gặp ông, trò chuyện, hay làm chung với ông vài công việc lỉnh kỉnh ở trường, cho đến ngày tôi lặng lẽ rời quê hương, tháng 3 năm sau. Từ đó tôi không còn có mặt để cảm nhận thật sâu sắc tâm trạng và cuộc sống của mỗi con người ở thành phố này. Nhưng tôi nghĩ tôi có thể hiểu một cách đơn giản là những con người đó đang bị thời gian bỏ quên và thế giới bỏ quên. Và mặc dầu tôi có thể cảm nhận được nỗi cô đơn cùng cực của họ, tôi không thể hình dung nổi làm sao mỗi một con người mà tôi biết, tồn tại được khi thân phận của họ mong manh như vậy. Tôi không dám nghĩ đến những điều gì lớn hơn. Tôi hoàn toàn không biết rằng trong khoảng thời gian đó Thầy Nguyên đã ngồi viết Le Boujoum. Mà lúc đó chỉ riêng cái chuyện trên thế gian không ai tưởng tượng nổi lại có thể là một vấn đề cho con người, là chuyện kiếm một tờ giấy để viết, thì ở nơi thầy đang sống, học trò lớn nhỏ được nhà trường khuyến khích đi nhặt giấy vụn từ những đống rác, gọi là kế hoạch nhỏ. Tác phẩm Le Boujoum đã được hoàn tất trong một bối cảnh như vậy. Nhưng điều quan trọng cho một trí thức, đặc biệt cho người làm văn học, là tác phẩm dù có lấy chất liệu từ tim óc, từ thực tế của thời gian và không gian đó, giá trị của nó và cái nó nhằm đạt tới đã vượt qua khỏi cái thời gian ngắn ngủi và không gian nhỏ hẹp này. Ngày nay, hơn hai mươi năm sau, ở xa nửa vòng trái đất, khi đọc Le Boujoum, chúng ta có thể vẫn thấy bóng dáng mình, quẩn quanh đâu đó trong tác phẩm. Bóng dáng mình của ngày hôm nay, ở đây. Cũng như, có thể cảm thấy rằng cái kết thúc trong Le Boujoum của Cung Giũ Nguyên lại biết đâu cũng là cái khởi đầu một cách rất "Boujoum" của chính cuộc đời mình?

Nhà văn Cung Giũ Nguyên đã mở đầu cuốn tiểu thuyết Le Boujoum không giống như cách mở đầu thường thấy trong những cuốn tiểu thuyết khác, mà... chỉ như một tiếp nối: "*... một vật lơ lửng trên vực thẳm, được những sợi tơ mành của hy vọng giữ lại. Hy vọng nơi ai? Hy vọng nơi gì? Và có lý do nào để hy vọng? Nhờ biệt lệ nào được nâng đỡ như thế này, trong thời gian có giới hạn nhất định. Hay ta lại muốn cho thời gian còn kéo dài mãi, hay ít ra còn lâu nữa mới chấm dứt. Bởi tánh cách đột ngột của sự việc quá rõ ràng, nhưng một mối đầu luôn luôn phải có đối ứng tất yếu là đầu mối kia. Tuy sự quên lãng những quy luật thường đi đôi với ảo tưởng. / Dưới kia là một vực thẳm âm u cuồn cuộn...*" Và, cuối sách, kết thúc bằng một câu giống như câu đã bắt đầu với chỉ thêm một tĩnh từ.

Trong những năm gần đây ở hải ngoại, nhiều nhà phê bình văn học tranh luận về văn chương hậu hiện đại, nhưng chưa thấy ai khẳng định và được sự đồng ý của hơn một nhà phê bình, là một tác phẩm nào đó của văn chương Việt Nam được xem là hậu hiện đại. Le Boujoum, được viết cách đây hơn 20 năm ở trong nước, theo tôi, rất đáng để trở thành một đề tài tranh luận nghiêm túc về văn chương hậu hiện đại của những nhà văn Việt Nam, dùng bất cứ ngôn ngữ nào để hoàn thành tác phẩm.

Hôm nay, 16/11/2003. Chỉ còn 4 ngày nữa là sinh nhật thứ 94 của Thầy Nguyên. Chín mươi bốn tuổi. Tuy vậy, hằng ngày, ông vẫn ngồi trước máy vi tính, cặm cụi làm việc, hoặc sáng tác, hoặc trao đổi điện thư với bạn bè, người thân và các học trò cũ ở những nơi rất xa. Tôi tự hỏi, không biết những lúc cặm cụi làm việc như vậy, ông có nghĩ đến những dòng chữ ông đã dùng để kết thúc Le Boujoum: *"... một vật mỏng manh lơ lửng trên vực thẳm, được những sợi tơ mành của hy vọng giữ lại."* Và, tôi cũng tự hỏi, không biết, ông có mỉm cười một cách hài lòng là ông đã chỉ kết thúc như vậy rồi "chấm chấm chấm" mà không viết tiếp, như khi bắt đầu: *"Hy vọng nơi ai? Hy vọng nơi gì? Và có lý do nào để hy vọng?"*

Virginia, tháng 11 năm 2003

PHỤ CHÚ:

Nhà văn Cung Giũ Nguyên mất lúc 3 giờ 15 phút sáng ngày 7/11/2008 trong căn nhà riêng của ông trên đường Hoàng Văn Thụ, Nha Trang. Rất đông hướng đạo sinh mặc đồng phục cùng với học trò cũ và đồng nghiệp tiễn đưa ông đến nơi an nghỉ cuối cùng. Đại diện các học trò đã đọc điếu văn trước khi hạ huyệt. Ông được chôn bên cạnh mộ vợ và con gái, mất trước đó khoảng hai năm. Ông thọ gần đúng một trăm tuổi. Hiện diện trong tang lễ có một thiếu phụ cầm lư nhang đi trước quan tài. Thiếu phụ này là con gái ông với nhà văn NTH, kết quả một mối tình lãng mạn và đầy sóng gió vào cuối thập niên 50.

Bài điếu văn do Trương Vũ viết, thay mặt Trung Tâm Cung Giũ Nguyên và các học trò của ông ở hải ngoại. Sau đây là một vài trích đoạn trong bài điếu văn đó:

"... Học trò Thầy rời mái trường đã lâu lắm rồi, hầu hết đầu đã bạc, vậy mà âm vang những câu chuyện hay bài học "ngoài môn học", hay những lời giảng về cách nhìn cuộc đời, cách nhìn một thế giới lớn rộng hơn cái không gian nhỏ bé của mình hay vượt ngoài cái thời gian hạn hẹp của mỗi đời người, dường như vẫn còn đâu đó...

Bài học nhiều lắm. Chúng con chỉ muốn nhắc lại ba bài học chính của Thầy, được nhắc đi nhắc lại rất nhiều, mà chúng con phải học mãi trong suốt cuộc đời mình. Những bài học ngỡ rằng đơn giản nhưng thật không dễ học... Nhắc lại ở đây như một lời biết ơn trước khi nói lời vĩnh biệt Thầy:

Hãy luôn nhìn về tương lai. Hãy luôn làm việc hết mình và không ngừng học hỏi. Hãy nuôi hy vọng.

Thời gian mấy mươi năm qua, học trò Thầy và cả chính Thầy, đã trải qua bao thăng trầm. Càng thấm thía với những lời dạy này. Với rất nhiều học trò của Thầy, nó trở thành một cái phao tinh thần cho cuộc đời họ. Bởi vì, trong suốt mấy mươi năm qua, có mấy ai không có những lúc muốn quỵ xuống, muốn buông xuôi, muốn bỏ cuộc, muốn mặc cho thế sự quay cuồng như thế nào, quay mình đi như thế nào. Bài dạy chỉ thật sự có tác dụng nếu chính người dạy tin và sống theo đó. Từ những nơi rất xa nhìn về quê nhà, thấy cách sống của Thầy, ở vào tuổi của Thầy mà vẫn lừng lững không chịu thua với khả năng tàn phá của thời gian, của thời cuộc, học trò Thầy ngưỡng mộ vô cùng..."

Trương Vũ
Maryland, tháng 8 năm 2017

Lời Bạt Cho Chủ Đề Yêu Của Tạp Chí Hợp Lưu

"Alexandre Lucien Abel de Rhodes mang gương mặt thống khổ và si mê của oan hồn chưa hề biết đến tình yêu. Những ai bắt gặp giáo sĩ những năm thánh chiến, thảng thốt nhận ra bóng ma mang nỗi buồn chín thối ruột gan của một người đàn ông chưa toại nguyện thân xác."

Đây là những dòng chữ đầu tiên tôi đọc được sau khi nhận viết bạt cho chủ đề Yêu của Hợp Lưu. Bài đầu tiên tôi đọc là Giáo Sĩ của Trần Vũ và chỉ với những dòng chữ này thôi, một vấn đề nhức nhối về thân phận được đặt ra. Có tất cả 26 truyện ngắn đóng góp cho chủ đề này. Truyện ngắn của Phạm Hải Anh, Nguyễn Thị Minh Ngọc, Mai Ninh, Nam Dao, Trần Thị NgH, Nguyễn Thị Hoàng Bắc, Nguyễn Thị Thu Huệ, Đỗ Kh., Lê Minh Hà, Dã Tượng, Trần Vũ cho HL số 68 và của Thơ Thơ, Phan Huyền Thư, Nguyễn Hòa Trước, Thuận, Trần Tiễn Cao Đăng, Miêng, Nguyễn Quang Lập, Nguyễn Thị Ngọc Nhung, Hồ Đình Nghiêm, Nguyễn Thị Ngọc Lan, Lệ Hằng, Trân Sa, Thùy Dương, Phùng Nguyễn, Trần Mộng Tú cho HL 69. Ngoài ra, còn một số truyện ngắn, như Khỏa Thân Đêm của Nguyễn Thị Thanh Bình, vì gởi đến trễ nên không thể đăng vào hai số này.

HL 68 có hai bài tiểu luận về văn học, của Thụy Khuê và của Nguyễn Hưng Quốc, mà nội dung không khỏi làm người đọc suy nghĩ đến những bài vở đóng góp cho chủ đề Yêu của HL. Khi bàn về chuyện đoạn tuyệt với quá khứ, Thụy Khuê cho rằng *"... nhiều nhà văn trẻ thuộc lòng những câu nói của Mai Thảo: Đoạn tuyệt, Xuống đường, Phất cờ, v.v... Những tác động ấy, một cách thầm kín trở thành châm ngôn của những người viết trẻ hải ngoại: đoạn tuyệt với quá khứ để lên đường."* Trong phần kết luận, chị đề nghị *"... Nhà văn viết gì thì viết, trước hết hãy gắng là mình. Không thành kiến. Không mặc cảm. Cũ, mới đều có chỗ đứng, nếu đó là văn chương đích thực."* Dĩ nhiên, cái cũ, mới mà Thụy Khuê nói đến ở đây là chỉ nhằm về cái quan niệm sáng tác, hay cái nhân sinh quan, còn khi hình thành một tác phẩm văn học, nghệ thuật thì nó phải mới, nó không thể chỉ là một sự lặp lại cho dù có ngụy trang dưới hình thức nào. Còn về tình yêu và tình dục, Nguyễn Hưng Quốc cho rằng : *"... có một đề tài chúng ta dễ tưởng là vĩnh cửu thì không chừng lại chỉ là chuyện nhất thời: tình yêu"*; trong khi đó thì chuyện tình dục *"ngay từ xưa, đã xuất hiện trong văn chương nghệ thuật"*. Trong phần kết luận, anh cũng đưa ra một đề nghị: *"Nỗ lực phục hồi thể loại truyện tình và thơ tình, để tránh nguy cơ quẩn lại chủ nghĩa lãng mạn vốn đã thuộc về quá khứ, cần phải thay đổi cả cái văn hóa cá nhân chủ nghĩa hiện nay hoặc cần khám phá một kích thước khác của tình yêu, ở đó, tình yêu không còn bị ràng buộc trong quan hệ giữa cái tôi của mình và tha nhân trong một môi trường thiên nhiên đã được/bị 'nhân hóa'."*

Vì đây không phải là một bài phê bình văn học nên tôi sẽ không làm công việc đánh giá chất lượng từng bài mà chỉ muốn đưa ra một cái nhìn tổng quát. Ấn tượng đầu tiên của tôi khi đọc xong

26 truyện ngắn về Tình Yêu của HL 68 và 69 cùng với truyện chưa đăng của Nguyễn Thị Thanh Bình, là về nỗ lực sáng tạo của các tác giả. Văn phong có mới, không khí có mới, nội dung có mới. Cũng có gặp lại những nét quen thuộc, nhưng không nhiều. Cũng không phải cứ mới là hay, nhưng đa số là truyện hay. Tôi rất thích những đề nghị của Thụy Khuê và Nguyễn Hưng Quốc mà tôi ghi lại trên đây, và rất vui mừng khi thấy rằng dù bằng những phong cách khác nhau và với tài năng có thể rất khác nhau và chắc là tác giả đã không đọc những tiểu luận này trước khi sáng tác, đa số tác phẩm đã được hình thành như là tác giả đã đi theo những đề nghị đó, một cách tự nhiên hoặc, như trong một số bài, vẫn còn để lộ sự cố gắng.

Mặc dầu có sự tham dự đông đảo của những nhà văn, trong và ngoài nước, đã được biết đến nhiều trong giới sinh hoạt văn học và nghệ thuật của Việt Nam trong nhiều năm qua, thành phần tham dự vào chủ đề Yêu có những nét đặc thù đáng để ý. Trước hết, đa số là phái nữ, không phải chỉ đa số mà có đến 70% là phái nữ. Đàn ông đang khựng lại khi viết về Tình Yêu chăng? Đa số, cả nam lẫn nữ, ở dưới tuổi 50. Có phải khi về già người ta khó viết về Tình Yêu hay không còn muốn viết về Tình Yêu nữa? Tôi liên tưởng đến một người, nhà văn/ họa sĩ Võ Đình, là phái nam và đang vào tuổi 70, không tham dự vào hai số HL này vì đang chuẩn bị cho một chuyến đi xa, nhưng ông đã có những bài viết mới đây về Tình Yêu thật đặc sắc. Có thể, Võ Đình là một trường hợp khá đặc biệt.

Kinh nghiệm trường ốc cũng là một nét khá tiêu biểu ở số nhà văn tham dự vào chủ đề. Ở đây, đa số, trong hay ngoài nước, đều đã tốt nghiệp hay được đào tạo ở cấp đại học. So với trước đây, có một khoảng cách khá xa. Hầu hết những nhà văn tiền chiến, ngoại trừ nhóm Tự Lực Văn Đoàn, chưa học hết trung học. Hầu hết những nhà văn miền Nam trước 75 chưa học hết đại học. Trong văn học nghệ thuật, kinh nghiệm trường ốc không bảo đảm cho tài năng, cho thành công trong sáng tác. Kinh nghiệm trường ốc được ghi nhận ở đây chỉ như là một yếu tố xã hội hay giáo dục, có ít nhiều ảnh hưởng đến cách hình thành tác phẩm, nội dung, hay không khí của tác phẩm, và điều đó thông thường có thể nhìn thấy được. Hay dở, lại là chuyện khác. Ở đây, tính nghiệp dư cũng khá tiêu biểu. Tất cả những nhà văn hải ngoại đều là nghiệp dư và có nhiều người thành công trong những nghề nghiệp hầu như không có liên hệ gì đến văn chương. Là chuyên gia vật lý hạt nhân, là giáo sư kinh tế đại học, là chuyên viên điện toán, v.v... Nhưng khó ai có cảm giác là họ yêu cái nghề đang làm và nuôi sống họ hơn là yêu văn chương.

Cách xây dựng tác phẩm có khác nhau. Có tác giả đặt nặng vào việc xây dựng cốt truyện, nghĩa là có đầu có đuôi, người đọc có thể kể lại cho người khác nghe. Có tác giả xem nhẹ cốt truyện mà chỉ chú trọng vào cái không khí của truyện, của điều muốn chuyên chở. Ở đây, đa số những truyện đặc sắc lại thuộc loại thứ hai, và trong loại thứ hai này, sự sử dụng ẩn dụ cũng khá nhiều. Cái nguy hiểm của việc xây dựng tác phẩm đặt nặng trên cốt truyện, nhất là truyện ngắn, là nếu không khéo, người đọc có thể đoán được kết cuộc thì truyện chẳng còn gì nữa để bàn và ít ai muốn đọc lại lần thứ hai.

Một điều cần được ghi nhận là tuy cả 27 bài đều viết để đóng góp cho chủ đề Yêu, đều nói đến Tình Yêu, nhưng lại không phải là cái Tình Yêu mà thông thường chúng ta nghĩ đến. Ở đây, đa số là thảm kịch, hay là thân phận. Thân phận của một dân tộc, thân phận của con người nói chung, hay thân phận của con người sống trong những nước nghèo đói, hay nói riêng, nói hẹp hơn nữa, thân phận của người đàn bà, đặc biệt hơn nữa, những người đàn bà có những đam mê, những suy nghĩ, cách sống, hoàn cảnh sống, khác với những người bình thường ở xung quanh họ. Ở đây, không thấy một "happy ending" cho tình yêu, hay cả cho tình dục. Hầu hết đều là thảm kịch.

Trong Chuyện Phố, Nguyễn Thị Hoàng Bắc muốn xây dựng một "utopia" cho những người không thể tìm được hạnh phúc trong tình yêu trong xã hội bình thường, như cô bé tàn tật bị động kinh yêu ông anh rể lái xe lam, như cặp dì cháu yêu nhau và muốn sống với nhau như bất cứ một cặp tình nhân nào. Nhưng cái "utopia" mà chị xây cho họ, cùng lắm cũng chỉ là một khu phố không đến hơn mười căn nhà, vẫn còn vài căn bỏ hoang, vì không có nhiều người dám đến đó ở vì ở đó người ta phải biểu lộ một cách tự nhiên tình cảm của mình. Khu phố, đẹp một cách hoang dại, nhưng đìu hiu và ảm đạm như cái nghĩa địa ở gần đó, như sự chọn lựa của người dân ở đó, với *"những hạnh phúc có vẻ muốn bình thường trong thách thức"* lại đưa họ đến gần cái chết hơn. *"Nghĩa địa vẫn chừng ấy hoang phế như đã hoang phế đủ, những nấm mồ lưa thưa vô chủ, có cái đổ sụp thành những nấm đất bèn bẹt cỏ xanh chết lốm đốm vàng, có cái uy nghi sạm nắng đen đủi nhưng vẫn gan góc uy nghi, thời gian, không thấy ai tới chôn thêm, cũng không ai sửa sang săn sóc gì."*

Trong Ảo Đăng, Mai Ninh viết về đời sống của hai người đàn bà độc lập, thông minh, ý thức rõ về thân xác mình, về những ước vọng thầm kín và bình thường của mình, về những tàn bạo mà định mệnh dành cho thân xác hay cuộc đời mình. Không gian trong Ảo Đăng huyền ảo nửa như một bức thủy mạc, nửa như không gian trong một bức tranh ấn tượng. Động tác và âm thanh chậm rãi. Hai người đàn bà sợ trực diện với những thèm khát về tình yêu hay tình dục, nhưng đồng thời cũng muốn đạt đến cái đỉnh cao của nó, như một ảo thuật. Ảo thuật chỉ dừng lại ở những trò chơi của ảo thuật. Cuộc đời họ kết thúc cách khác. *"Hai ngày sau, sốt ruột, tôi gõ cửa ngoài rồi xoay nắm. Nó thường không khóa như bên tôi nên bật ra ngay. Tôi chẳng phải tìm đâu nữa cả. Người đàn bà ngã sóng xoài, đầu đập trên góc chiếc bàn đá. Dòng máu từ đấy tuôn ra bệt dính những sợi tóc, thấm lan sậm đặc tấm thảm và mảng áo ngủ trắng mỏng manh. Bàn chân trần vấp quấn sợi dây điện của cây đèn ngay cửa vào đã đổ nhào lăn tới gần chiếc ghế mây. Những ngón tay tôi từng yêu quí còn nắm giữ một chùm khăn mềm lụa mỏng."*

Truyện của Trần Thị NgH có vẻ như một chuyện cải lương tân thời theo như tên gọi Cải Lương của nó, nhưng lại được viết với những động tác dồn dập, những âm thanh dồn dập như với nhịp điệu của một concerto, và với cái dí dỏm và sâu sắc thường thấy nơi truyện của Trần Thị NgH. Đây là một liên hệ tình cảm giữa Hạnh, 56 tuổi *"đã từng có nhan sắc"*, thông minh, giỏi âm nhạc và hội họa, và Diễn, một *"thằng nhãi ranh"* 34 tuổi, *"làm chi chịu nấy... đưa bài nào hát bài nấy, trưng bức vẽ nào ra trầm ngâm bức nấy."* Không ai cho đó là tình yêu, vì không ai dám nghĩ đó là tình yêu, không biết đó là cái gì, và cũng không muốn nhận diện nó, cũng như những bức chân dung vẽ mặt người chồng chéo lên nhau để không nhận diện được người trong tranh. Nó cũng mang lại niềm vui, cũng nhớ nhung, cũng *"buồn rụng lóng tay"*. Nhưng cuối cùng, nó phải được kết thúc. *"Một cái xác lõa lồ vặn vẹo, đầu trật khỏi gối, mồm há hốc, tay phải còn nắm chặt một cọc gỗ, đầu nhọn cắm phập vào hồng tâm phần mềm yếu nhất của người đàn bà."*

Một Trăm Linh Tám Cây Bằng Lăng của Nguyễn Thị Thu Huệ phảng phất một không khí của Thạch Lam, tình nghĩa, nhẹ nhàng, thâm trầm, chịu đựng, nhưng khác với Thạch Lam, có... cái không chịu đựng, cái nổi giận của một người đàn ông trong truyện. Cái nổi giận trước thân phận của người đàn bà Việt Nam, là mẹ mình hay là mẹ của những đứa trẻ nào khác, và thảm kịch phát sinh từ sự nổi giận đó. Người đàn ông cuối cùng không có được cái tình yêu đáng ra đã có được và đánh mất luôn cả mạng sống của mình. Và, với người đàn bà ở lại, "chị cay đắng sau lần thứ năm đi dọc phố một trăm linh tám cây bằng lăng để quyết định lên xe về nhà khi nhận ra những điều nhỏ nhoi nhất là nếu có đi thế này mãi cũng chẳng có ai chờ chị ở cuối đường. *Và, với những điều mơ ước ngày xưa của anh, chị sẽ không làm được một việc gì, dù nhỏ nhất.*"

Với nhiều ẩn dụ, Trần Tiễn Cao Đăng viết về thân phận của người đàn bà Việt Nam trải qua nhiều thế kỷ, và đi tìm những nhân tố vi tế đã cấu tạo nên người đàn bà Việt Nam của ngày nay hay ngày sau. "Dự cảm về cái-chết-dành-cho-mình ở thế kỷ hai mươi đến với Hương từ đó, mạnh hơn lý trí Hương và mạnh như lòng ham sống của Hương. *Dự cảm đó mạnh như dự cảm về sự tái sinh của nàng, của bản thân nàng sau khi kinh qua cái chết dữ dội đó ở thế kỷ hai mươi, sự tái sinh ở một thế kỷ khác nơi một lần nữa Hương (đúng hơn là hậu kiếp của Hương) sẽ bần bật khóc không nước mắt trước những thống khổ và đau đớn khủng khiếp của con người....*"

Tình Made In Vietnam của Thuận viết về đời sống ở một làng nhỏ, làng Quyết Thắng, cách Hà Nội hai mươi ki-lô-mét chỉ xe đạp mới vào được. *"Người dân ở đây mặc dù đã từng nhiều lần đi bộ ba mươi ki-lô-mét ra chơi thị xã Hà Sơn Bình nhưng lại chưa khi nào đến Hà Nội nên không biết mình là nhà quê. Cả làng không biết nhà máy nước là ông nào."* Ở đây chưa có nhu cầu nói về tình yêu. Đặc biệt, thân xác hay cái đời sống nam, nữ của người đàn bà không có nghĩa lý gì lắm, ngay cả với cha mẹ chồng. Nó không lớn hơn một tấm hình chụp cái ô-tô màu đỏ gởi đi từ nước Đức. Trong truyện ngắn này, Thuận viết cường điệu một cách duyên dáng, đau xót và chua chát một cách lạnh lùng.

Nguyễn Thị Ngọc Lan cũng viết về những người nghèo khổ tại Việt Nam, trong truyện ngắn Mái Nhà. Một người đàn ông lấy một người đàn bà chỉ vì họ phải lấy nhau. Vì nghèo quá, người đàn ông bỏ đi làm ăn xa kiếm tiền nuôi vợ con. Người đàn bà đỡ khổ hơn, lâu lâu nhận được từng lượng vàng của chồng gởi về, và chị bắt đầu ý niệm lờ mờ về sự cô đơn, và bắt đầu nhớ chồng. Chị cất giữ những lượng vàng như những kỷ niệm và đợi chồng trong suốt hai mươi năm. Chị đã có một gian nhà ba chái nhưng vẫn tiếp tục đi quét rác. *"Chị không bận tâm về cái ăn, cái ở nữa, nhưng chị phải quét rác bến xe, lỡ anh có về, biết chị ở đâu mà kiếm."*

Với một cấu trúc đặc biệt, dựa trên sự đào kiếm một xác ướp của một người đàn bà đã chết gần hai ngàn năm, Miêng viết Tĩnh Lặng. Trong Tĩnh Lặng, người đàn bà khi sống là người đẹp Điêu Thuyền được nói đến nhiều trong Tam Quốc Chí. Người đẹp được cha nuôi sử dụng nhan sắc của mình, theo đề nghị của cô, để làm kế ly gián giữa Lữ Bố, một võ tướng có sức mạnh không ai địch nổi và cha nuôi của ông là thái sư Đổng Trác, một gian hùng. Kế ly gián thành công, Lữ Bố giết Đổng Trác và cứu được ngai vàng của vua Hán. Từ đó, bao nhiêu sách vở đã nói về Điêu Thuyền, bao nhiêu vở tuồng đã được dựng lên về Phụng Nghi Đình, nơi Lữ Bố hò hẹn với Điêu Thuyền và bị Đổng Trác bắt gặp. Nhưng ngoài cái chuyện nhan sắc của Điêu Thuyền cứu giang san nhà Hán, có ai nói gì hơn về những gì thực sự là Điêu Thuyền, dưới lớp phấn son mà mọi người thích nói đến. Điêu Thuyền nằm trong tĩnh lặng suốt gần hai ngàn năm cho đến khi một đoàn tìm kiếm xác ướp tìm ra được nàng. Lần đầu tiên, trong suốt gần hai ngàn năm, nàng được một người đàn ông nâng niu, trân trọng như sợ nàng tan rã như sương khói. Nhưng, có phải vì đó là Điêu Thuyền như chính Điêu Thuyền muốn được nhìn muốn được sống? *"Và thiếp đã chờ, đã chờ, mỏi mòn gần hai mươi thế kỷ, rồi chàng đã đến và cũng lại bỏ đi... Phải chi chàng ở lại cho thiếp được sống trọn tình, cho thiếp được nâng chén quỳnh với tất cả niềm yêu nỗi thẹn..."*

Lê Minh Hà cũng có một cách nhìn tương tự về thân phận người đàn bà, qua hàng ngàn năm của huyền sử. Từ thế kỷ này qua thế kỷ khác, thế hệ này qua thế hệ khác, sách vở hay người lớn tiếp tiếp nhau kể cho con nít nghe về Sơn Tinh, Thủy

Tinh. Trong truyện cổ tích, Mỵ Nương chỉ giống như một món hàng đắt giá, Sơn Tinh đến trước và chiếm được món hàng đó; Thủy Tinh tức giận đem quân đánh để giành lại, và rồi, năm này sang năm khác, lụt lội, mưa bão, sấm sét. Không ai nói rằng Mỵ Nương là một người con gái biết chải tóc, biết chọn cái váy nào để mặc, biết mê mệt những buổi chiều sông nước. Lê Minh Hà sửa lại chuyện cổ tích. Trong truyện của Lê Minh Hà, Mỵ Nương con người hơn, và Thủy Tinh cũng con người hơn. *"Vị thần Nước dừng phắt lại lúc vừa thoáng bóng nàng. Và chàng quên hết, quên đám tùy tùng đang lúng túng với bao nhiêu lễ vật mà kẻ ở nơi đất bằng còn chưa một lần được nghe nói đến, nói gì mong có. Voi chín ngà. Gà chín cựa. Ngựa chín hồng mao... Chàng thành kẻ bại. Chỉ vì chàng đã đắm đuối trước người con gái trần gian, trước xương thịt ấy, trước dáng đi bay múa ấy, trước vẻ đột nhiên e ấp ấy, trước mùi hương nồng ấm hoàn toàn mới mẻ với chàng."*

Hũng Lốc của Nam Dao nói đến cái thảm kịch của những người dân trong các xứ nghèo đói ở Châu Phi. Ở đó, bệnh tật, ngu dốt, tham vọng điên cuồng và tàn bạo của quyền lực địa phương cộng với cái tham lam lạnh lùng của những con buôn quốc tế, cách cư xử man rợ giữa con người với con người chế ngự toàn thể. Ở đó, cái sống, chết của một cá nhân không có nghĩa, nói gì đến tình yêu. Tình yêu và lòng thương hại lại được mang đến một cách trang trọng từ một số người ở rất xa, không liên hệ gì đến những mỏ kim cương ở đó. Tình yêu và những thèm khát về thân xác thật ra vẫn luôn luôn có ở đó, nơi những con người bình thường, đẹp một cách tự nhiên và man rợ một cách hồn nhiên. Nhưng, những viên kim cương mà ở đây chúng ta dùng để biểu lộ cho tình yêu (một cách nào đó) thì lại là nguyên nhân cho sự hủy hoại tàn bạo của tình yêu ở nơi đó. *"Tôi nhỏm lên cố nhìn ra sau tìm đôi mắt Rosa. Nhưng bây giờ, chỉ còn bụi đường, bụi bốc mù dưới bốn bánh xe, bụi che không cho tôi thấy gì, những hạt bụi khốn khổ hóa kiếp mang hình hài con người, như Rosa, như tôi, mệt nhoài kề cạnh thần chết và những cuộc biệt ly."*

Bài viết về thân phận nói chung, bao gồm những thảm kịch của tình yêu và thân xác, khá nhiều. Thân phận của tình yêu, của nam lẫn nữ.

Sắc của Nguyễn Thị Minh Ngọc, đúng như tên gọi của nó, là một truyện thật sắc, thật góc cạnh. NTMN viết về tình yêu, về tình dục thật quyến rũ, lôi cuốn người đọc từ đầu, nhưng đọc vẫn rợn người. Không có thứ tình yêu tách rời khỏi thân xác, không có loại tình yêu thuần mơ mộng, tình yêu không tách rời với phần thú rất man rợ nhưng tuyệt vời, *"... Là cô công chúa giết con bằng nụ hôn chứa lưỡi dao rút từ nơi đỉnh cao hoan lạc nên cũng là cửa tử... Khi tôi tỉnh dậy, thấy mình vẫn trần truồng nằm trên nệm lá, áo quần tung vãi ở những ngọn cây thoát khỏi tay tôi với một vùng hạ bộ đau buốt cho thấy những điều đã xảy ra là có thật."*

Trong Những Sợi Tóc Mai của Dã Tượng, không có tình yêu đi cùng với tình dục, không có một thứ tình yêu thuần nhất và có thể bắt nắm được, tình yêu bao giờ cũng đi kèm với bội phản. Truyện xây dựng khá nặng, khá phức tạp, nhưng lôi cuốn. Yêu Chúa phải phản bội người, yêu người không thể làm phúc phận bề tôi Chúa, yêu người này phải phản bội người kia, nắm tình dục thì mất tình yêu, được tình yêu lại mất thân xác. Mượn thân xác này để được tình yêu kia cũng không ổn. Những sợi tóc mai nắm trong tay không biết của ai. *"Lạy Chúa, nếu thực linh hiển thì xin Người chứng cho còn một thế giới khác. Ở đó chắc chắn Nhi đang đợi tôi trong cuộc hẹn cuối cùng với vĩnh cửu. Cầm bằng chẳng có gì ngoài cõi này, thì cứ mặc cho tôi cười, cười bi phẫn, ngạo mạn, thách thức kẻ xòe tay siết lấy họng mình."*

Sắc Không của Phạm Hải Anh viết ngắn, gọn, linh động, dí dỏm, trong sáng nhưng không đơn giản. Ở đây, tình yêu chỉ có trong mơ, khi tưởng là có thì không phải có, khi tưởng là không thì lại có, mà có ở chỗ không thể có, như thấy tình yêu nơi cửa Phật. *"Thân giơ cao cây đèn, cố tìm trên mặt Đại đức lời giải đáp. Ánh đèn tù mù không đủ soi sáng đến chỗ người đứng. Cái dáng thân thuộc như đã từng nhìn thấy ở đâu. Khuôn mặt chìm trong bóng tối. Gần hơn chút, cao phía trên lơ lửng một giò phong lan đang nở bung những cánh vàng màu mật. Thân choáng váng như có ai đánh mạnh vào đầu..."*

"Ai Đã Bỏ Muối Vào Máu Tôi?" của Trân Sa được viết như một tự thuật. Người kể chuyện không có một khuôn mặt nhất định, nó biến đổi theo thời gian, theo cả không gian. Đam mê cũng biến đổi, giấc mơ cũng biến đổi, nhân vật trong truyện cũng biến đổi. Ở đây hoàn toàn không có truyện, nó như một dòng sông cuồn cuộn cuốn theo nó những tình cảm, những suy tư, những hồi tưởng, những hạnh phúc, những mất mát, và những cái đó cũng thay đổi theo dòng sông. Có cảm giác như một bài thơ dài. Ở đây không có nhân vật đàn ông. Chỉ có nói đến đàn ông khi nói đến số phận tàn nhẫn nhất của đàn bà. Những câu chuyện có vẻ như vụn vặt và không liên hệ gì với nhau, kết tụ lại với nhau một cách tài tình và tự nhiên. Viết trầm tĩnh, đầy tình cảm nhưng cũng đầy phẫn nộ dù phẫn nộ với chính mình. *"Có đêm tôi nằm mơ thấy mình đang ở giữa một rừng con gái đang nằm úp mặt. Một người có thân thể đầy sẹo, mỗi cái sẹo một màu sắc như những đốm hoa rực rỡ chằng chịt xâm trên lưng. Tôi cúi xuống hôn lên những cái sẹo hoa; kẻ ấy trở mình cho tôi nhìn thấy một khuôn mặt rất đẹp rất buồn. Trong thứ không gian bặt hết mọi âm thanh chúng tôi hôn nhau, hai đôi môi mơn man, xao xuyến, một sự rung động buồn bã nhẹ nhàng. Trong giấc mơ tôi nhận ra người ấy là tôi nhưng lại mang khuôn mặt của Nàng. Tôi rùng mình hiểu ra tôi yêu đau những vết thương không đếm xuể."*

Trái Tim Trên Đầu Chữ của Lệ Hằng, Chân Trời Không Nằm

Ngang của Nguyễn Hòa Trước, Những Nốt Nhạc Xanh Xao của Phan Huyền Thư, Người Đàn Bà Đau Đớn của Nguyễn Quang Lập, và Mưa Của Biển của Thùy Dương là những truyện tình về những mối tình có vấn đề. Qua những truyện ngắn này, người đọc thấy được một cách linh hoạt những bi hài kịch trong những liên hệ tình cảm không được hay không bắt đầu được xây dựng trên tình yêu chân thật. Có một điều đáng để ý, là rõ ràng trong tất cả các truyện ngắn này và phảng phất trong rất nhiều truyện ngắn nói trên đây, **không có anh đàn ông nào coi được**. Không biết đây chỉ là một sự trùng hợp có tính cách hư cấu và tình cờ trong hai số HL mang chủ đề Yêu này, hay bởi vì người đàn ông trong xã hội Việt Nam hiện nay thật sự là như vậy. Hãy xem Lệ Hằng tả một nhân vật đàn ông trong truyện, ông ta là tình nhân cũ của người kể chuyện, là một lãnh tụ chính trị ở hải ngoại: *"Choang! Ly rượu bể tan trên nền nhà lót marble. Bà chán quá không muốn nhìn cái bản mặt của ông nữa. Đúng là mặt trơ trán bóng mà. Báo đời tôi mấy chục năm chưa vừa bụng. Bà cũng không muốn nhìn vũng rượu màu hổ phách chảy loang trên mặt đá hồng. Rượu bầm, chóng mặt nhìn như máu."*

Ngày Gió của Nguyễn Thị Ngọc Nhung cũng là một truyện tình về một mối tình có vấn đề, nhưng vấn đề ở đây là do người đàn ông muốn tất cả nhưng không chịu mất gì cả. Bối cảnh là hai căn hộ trong một khu chung cư trong những ngày gió. Trong một căn, đôi tình nhân không thể tiếp tục sống với nhau được vì người đàn ông đã có vợ con và không thể bỏ vợ con, ở nơi kia đôi tình nhân khác sống tự nhiên, thoải mái, hai thân xác như một, hai nụ cười ròn rã lẫn vào nhau như một. Ở căn hộ có vấn đề, khi người đàn ông quyết định ra đi, một sự hụt hẫng lại đến, tất cả trở nên hoang vắng, không có sự sống, cũng như không cần có sự sống, cho đến khi người đàn ông trở lại, mà cũng chẳng có quyết định gì khác. Nhưng sự sống cũng trở lại, vì "không ai mang lại cái sướng ngất cho Cảo ngoại trừ Biện ra. *Cái sướng ngất này có nhiều nghĩa, trên nhiều thứ và đủ thứ. Biện không có gì cho Cảo ngoại trừ cái tình yêu rất thật rất tượng hình của anh. Yêu thì nói. Yêu thì chiều chuộng âu yếm. Yêu thì làm cho người tình của mình hạnh phúc và sướng, trước mình. Yêu thì lo lắng. Yêu thì bực bội ghen tuông.*"

Đánh Dấu Dòng Sông của Trần Mộng Tú là một truyện tình không có kết thúc. Một thanh niên ở Mỹ về lại bờ sông Hồng, tìm một bãi nổi mà hai năm trước đó anh đã gặp một người con gái, đã yêu, và ở với nhau. Anh không tìm được lại dòng sông cũ, không tìm lại được bãi nổi trên sông, cũng không thấy tăm hơi người tình năm xưa. Mọi sự thay đổi như một dòng sông. *"Cũng một con sông Hồng ngày cũ mà sao bây giờ khác thế! Những bãi nổi trồng rau hiền lành không còn nữa, người trồng rau như bông hoa chưa nở hết cánh cũng đã bỏ đi chẳng để lại một mùi hương. Bây giờ thì chỉ còn mông mênh nước, con sông không còn mang cái vẻ an bình của ngày đầu anh gặp, nó lạnh lùng và nó cay nghiệt quá, nó cứ cuồn cuộn phù sa, trôi băng băng sóng, không một chút lưu luyến, như người dạo trên đê ngày cũ không hề quay đầu lại."*

Động của Hồ Đình Nghiêm không thật sự là một chuyện tình, nhưng là một thảm kịch xây dựng trên bối cảnh của một ổ điếm ở Sài Gòn. Ở đây mọi giá trị đạo đức hay chính trị xã hội đều mơ hồ. Chị tú bà ngày xưa là "cán bộ cách mạng" có huy chương, và chị sở dĩ vào bưng vì bị hiếp dâm, mà người hiếp dâm khi thì được kể là một anh lính ngụy khi thì một anh Việt cộng, điều đó thay đổi tùy hứng và tùy người nghe là ai. Còn cái anh Việt kiều đến động chỉ để nhờ một cô gái bán dâm ở cùng quê tìm kiếm giùm người thân và gốc gác của chính anh. Kết cục, anh khám phá ra có thể chính chị tú bà kia là mẹ anh.

Trong Không Ai Trói Tôi, Đỗ Kh. cũng đến với những cô gái bán dâm, không phải ở Việt Nam nhưng ở Thái Lan, tỉnh táo, thoải mái, không nhằm để nói đến chuyện gì lớn lao, mà chỉ xem đó là một chuyện bình thường, giữa con người này với những con người khác.

Trong Khỏa Thân Đêm, Nguyễn Thị Thanh Bình làm một công việc tương đối khó là tự thuật như một người đàn bà đi vào sòng bài để kiếm khách. Truyện hàm ý một câu hỏi có vẻ như rất tầm thường là người đàn bà có thể tự bán thân xác một cách thoải mái cho một mục đích nào khác, dù rất cao đẹp, chẳng hạn như để cứu mạng sống cho con mình. Truyện xây dựng trên sự đối chọi giữa cái không khí sang trọng rất giả ở sòng bài với cái man rợ rất thật trong một căn hầm gần đó, và giữa cái lạc quan mà rất hèn của một người đàn ông này với cái bi quan và nhân bản của một người đàn ông khác. Phần hay nhất của truyện là cách kết thúc bằng một bài thơ văn xuôi. *"... Em đọc được trong mắt anh ước muốn hoan lạc của một tình yêu với một thân xác. Một sự hòa hợp nhịp nhàng như sấm sét và mưa. Cho anh tan chảy như trăng trong ngõ ngách đêm..."*

Hai Tháng Cho Một Tình Yêu của Thơ Thơ được xây dựng một cách khá độc đáo. Nó dựa trên sự mời mọc của Hợp Lưu để tác giả viết một truyện tình cho chủ đề Yêu, và tác giả có hai tháng để viết truyện tình. Truyện của Thơ Thơ là chuyện về việc viết truyện, viết truyện tình. Tình yêu là để sống chứ không để viết, và tác giả không thể chỉ hư cấu tình yêu mà phải tạo ra tình yêu để viết truyện. Tình yêu đòi hỏi phải đến cái tận cùng của thân xác. Và, khi đến đó chuyện tình cũng chấm dứt, các nhân vật bắt đầu đi ra khỏi truyện. Nhưng cuối cùng vẫn không biết cái nào của truyện, cái nào không phải. Có thể tất cả là của truyện, và thật hay giả chỉ là một phối hợp tài tình cho truyện. *"Tôi cho rằng mình đã đi đến tận cùng... Anh hôn tôi một lần nữa, cái hôn coi chừng đã đuối. Bàn tay kéo lại áo quần ngay ngắn, bàn tay vuốt ve đã mỏi. Điều tôi tìm kiếm khao khát bây giờ đã thỏa. Tôi thở hắt như vừa bước ra khỏi cơn hoan lạc (tôi không cảm thấy hoan lạc). Thật ra đó là tiếng thở của một người khác."*

Ca Bin của Phùng Nguyễn được viết với một cấu trúc rất lạ, một phối hợp của tân hình thức và hậu hiện đại. Một bài thơ tiếng Anh với lời chuyển ngữ cố ý làm khác và cả một màn hình điện toán đã được sử dụng thật thành công cho cấu trúc này. Truyện ngắn của Phùng Nguyễn có khả năng mở đầu cho một phong trào viết truyện mới. Ở đây không có thảm kịch. Nó lẫn lộn cuộc đời thực với cuộc đời trong mơ, đuổi bắt lẫn nhau, và đôi lúc không phân biệt được cái mơ và cái thực. Nó là cái đẹp tuyệt vời của một tình yêu tự nhiên và rộng mở, không ràng buộc, không tự nhốt mình lại như trong một ca-bin. *"Cô đi thẳng vào phòng ngủ, ném chiếc túi xách xuống sàn gỗ, ngồi vào cuối giường để cởi giày. Bỗng dưng cô cảm thấy gáy mình nóng lên. Có ai đang nhìn trộm cô từ phía sau. Cô quay lại và bắt gặp đôi mắt của cô gái trong khung hình nhỏ đặt trên chiếc kệ gỗ đầu giường. Cô biết rất rõ xuất xứ của tấm hình. Đó là một buổi sáng đầu mùa Thu. Bên ngoài là khu rừng phong lá lốm đốm vàng chạy dài đến tận bờ chiếc hồ lớn. Và cô, đàng sau khung cửa sổ mở rộng, trần truồng, xinh đẹp, và hạnh phúc. Khung cửa sổ này. Rừng phong này. Bờ hồ này."*

Giáo Sĩ của Trần Vũ cũng không giống với bất cứ truyện ngắn nào khác trong số này, và có lẽ cũng không giống với bất cứ truyện ngắn nào của Việt Nam đọc được từ trước tới nay. Thế giới của Trần Vũ là thế giới của những hồn ma và của những nhân vật hư cấu từ tiểu thuyết mà đã trở thành như những hồn ma của những người đã từng hiện hữu. Gọi là một thế giới của những hồn ma, nhưng lại là một thế giới rất gần với mỗi người trong chúng ta, một thế giới của tình yêu, của thân xác, của chiến tranh, của lịch sử, của tôn giáo, của văn chương, của tri thức, ... và của tất cả những thứ này quyện lẫn với nhau. Thế giới đó khác nhau trong mỗi người, vì mỗi người có một khả năng sáng tạo khác nhau, phong phú hay lười biếng theo những mức độ khác nhau. Trần Vũ tạo cái thế giới đó cho anh từ những thảm kịch của thân phận, hay anh cho đó là thảm kịch của thân phận, của những nhân vật quen thuộc với anh, đã đến với anh qua trí óc hay con tim. Anh cho những nhân vật đó sống đầy đủ hơn, và anh làm như vậy một cách rất thông minh, rất chí tình, rất nghệ thuật. Alexandre Lucien Abel de Rhodes là một giáo sĩ đầy tài năng, sống hết lòng với tôn giáo, với chữ nghĩa. Nhưng có phải ông đã sống hết mình với chính ông, với thân xác ông? Trần Vũ đã cho ông ta cái ông thiếu. Tuyết là một nhân vật đã được Nhất Linh và Khái Hưng dựng nên, nhưng các tài năng văn học Việt Nam này đã không chịu hay là không dám dựng nên một cách đầy đủ, và khi cho Tuyết sống cuộc đời của một người đàn bà lại không cho sống như một người có một thân xác đầy đủ. Và, Trần Vũ cho Tuyết cái cô ta thiếu. Đi xa hơn, Trần Vũ cho Alexandre de Rhodes và Tuyết giúp nhau sống cái phần đời mà họ thiếu. Một cách rất nhân bản... trong cái thế giới riêng của Trần Vũ. *"Về sau khi thành thân trong âm thầm lén lút với cha cố, Tuyết vẫn không quên tiếng chuông kinh hoảng của buổi sáng đó. Buổi sáng có những gào la thống thiết trầm thống của gió và tiếng chuông co giật từng cơn tựa các quả chuông phát khùng đánh loạn lẫn nhau. Tiếng chuông nhức nhối tuôn những bài kinh La ngữ hỗn độn. Tiếng chuông ma quái khiến người nghe ý thức rõ rệt cuộc đời mình trước và sau đó. Trước, Tuyết có một quá khứ tiểu thuyết An Nam, sau, nàng trở thành một nhân vật lấy Tây và không còn gì giống như trước nữa."* Trong cái thế giới đó chúng ta còn bắt gặp rất nhiều nhân vật khác, như Bernard de Lattre, như Nhất Linh, như Lê Quý Đôn, như dì phước Louise

Marie, v.v... Đó cũng vẫn là một thế giới của chiến tranh, của lịch sử, của tôn giáo, của văn chương, của tri thức, của tình yêu, của thân xác,... như trong đời thật của họ, như trong tiểu thuyết của họ. Nhưng ở đây, họ sống tới nơi hơn, họ sống đẹp hơn, ít ra cho chính họ, và cũng có thể là họ sống man rợ hơn, tàn bạo hơn vì Trần Vũ đã cho họ sống tự nhiên với con người thật hơn. Dĩ nhiên là thật hơn dưới cái nhìn của Trần Vũ. Người đọc có thể không đồng ý với cách nhìn đó nhưng khó thể không thấy đây là một truyện ngắn độc đáo, tuyệt vời, rất khó có một truyện ngắn khác để so sánh cả về nghệ thuật, óc sáng tạo, và nội dung chuyên chở.

*

Hai mươi sáu truyện ngắn đóng góp cho chủ đề Yêu của Hợp Lưu qua hai số 68 và 69. Không phải tất cả là những truyện ngắn độc đáo nhưng đa số là những truyện hay. Giở lại tất cả những chồng sách báo cũ, chẳng hạn như những tập Sáng Tạo hay Văn Hóa Ngày Nay ở miền Nam trước 75, mấy ai tìm thấy có hơn một nửa số bài hay cho mỗi tập? Văn chương cần người đọc. Văn chương ở trong nước ngày nay hay ở miền Nam trước 75 có rất nhiều người đọc. Ở hải ngoại ngày nay còn lại bao nhiêu người tiếp tục đọc văn chương Việt Nam? Được hơn một phần ngàn không? Cái nỗ lực như thế này quả thật không bình thường, nhưng chắc cũng không nên được đánh giá trên cái thực tế rất hạn hẹp đó và càng không nên bằng những con số. Văn chương chỉ được đánh giá bằng chất lượng. Nỗ lực này có chất lượng.

Trong đời sống, quá khứ thường là một chỗ dựa an toàn. Trong văn chương, nó có thể là những tàng cây, dù là cổ thụ, che bớt ánh sáng mặt trời. Không điên khùng gì đi chặt cây để thấy ánh sáng, nhưng không nên chỉ dựa vào tàng cây để có bóng mát. Người đọc sách lười biếng thường có thói quen chỉ nhìn bóng mát của những cây cổ thụ trong văn chương, mà không muốn thấy cái gì khác nữa. Văn chương do đó rất cần những người đọc không lười biếng để phát triển. Và văn chương cũng rất cần có những người viết không vì người đọc mà vì chính mình, vì cái đam mê của mình, bằng tài năng của mình, viết tự do và với tự tin. Không sợ thần tượng.

Hợp Lưu 68 có một bài thơ của Lưu Hy Lạc, Chợ Chiều Thứ Sáu, bắt đầu bằng những câu:

Ông nội tôi đặt ông Nguyễn Du đứng
nghiêm chỉnh trên đầu cha tôi, đến đời
cha tôi cũng đặt ông Nguyễn Du ngồi
nghiêm trang trên đầu tôi đêm ngày, để

đời tôi cứ chạng vạng tối thứ Sáu
tôi về đứng lầm lũi sắp hàng trong
chợ Safeway tay thủ sẵn coupon
....

Nói vậy nhưng Lưu Hy Lạc đã không làm thơ bắt chước theo Nguyễn Du. Đây là một niềm vui, cái loại niềm vui mà tôi có được khi đọc 27 truyện ngắn nói trên đây.

Maryland, đêm đầu năm 2003

HUY

Tôi gặp Cao Xuân Huy lần đầu tiên cách đây khoảng 40 năm khi Huy phục vụ tại một căn cứ huấn luyện quân nhân gốc Thượng ở Pleiku. Tôi còn nhớ vóc dáng và nét mặt Huy lúc đó. Cao, gầy, phảng phất chút thư sinh, chút buồn, và ít nói.

Hơn 15 năm sau, gặp lại ở hải ngoại, Huy vẫn ít nói nhưng bề ngoài thay đổi nhiều. Phong sương, dày dạn, ngang tàng. Tác phẩm Tháng Ba Gãy Súng (TBGS) đến với tôi như một bất ngờ thú vị. Cho tới lúc đó tôi vẫn chỉ nghĩ đến Huy như một người lính thứ thiệt, hơn là một nhà văn. Huy viết ít, TBGS không nhiều chữ nhưng đủ để tạo cho nó một chỗ đứng riêng biệt và quan trọng trong văn học Việt Nam. Huy yêu quân đội, yêu binh chủng, yêu đồng đội vô cùng. Gần gũi Huy, ai cũng thấy rõ. Đọc TBGS, càng thấy rõ. Thế nhưng, cũng trong TBGS, chúng ta thấy Huy yêu sự thật và trân trọng với ngòi bút đến như thế nào.

Đối với rất nhiều người lớn lên trong chiến tranh, suốt hơn 35 năm qua, âm vang từ cuộc chiến chưa bao giờ dứt. Trong từng gặp gỡ, từng câu chuyện, từng tranh cãi gần như bất tận, những kinh nghiệm cá nhân khởi đi từ cuộc chiến, những hào hùng, những cuồng nộ, những bi phẫn, những thất gan thắt ruột, được tuôn trào ra, luôn sôi nổi. Nhưng khi phải viết, thường chúng ta dừng tay lại. Hay, nếu không dừng lại, thường cũng chỉ viết… giống như ai ai. Trong TBGS, điều cần viết, có thắt ruột thắt gan đến như thế nào, Huy cũng viết. Thản nhiên, sống động, và văn chương. Không cường điệu. Không kịch tính. Không sử thi. Viết như thế đâu có dễ! Từ ngày tàn cuộc chiến đến nay, có bao nhiêu tác phẩm đạt được những giá trị này trong kho sách văn chương Việt Nam viết về chiến tranh? Dù rằng, những thảm kịch do cuộc chiến tranh này gây ra đến nay vẫn còn lãng đãng trong từng gia đình, len lỏi trong da thịt máu mủ từng con người.

Cao Xuân Huy mang trong thân phận mình hầu hết những thảm kịch của cuộc chiến cùng với tính phức tạp của nó. Gia đình chia cắt. Cha Bắc, mẹ Nam. Không sống với cả cha lẫn mẹ. Tuổi thơ cơ cực. Học xong trung học thì đi lính, và chọn một binh chủng dễ đưa mình vào cái chết. Rồi tù tội. Rồi vượt biển. Rồi sống lưu vong. Rồi, gần như làm bất cứ thứ nghề nào có thể làm được để sinh nhai, để giúp đỡ vợ con. Rồi… vẫn với tâm tư một người lính luôn tự hào với binh chủng, luôn xem đồng đội như gia đình, Huy trở thành một nhà văn, và sau đó, điều hành tờ Văn Học, một tạp chí văn học nổi tiếng ở hải ngoại. Huy điều hành tạp chí này một cách khá đặc biệt, có vẻ như lẫn lộn chuyện nhà binh với chuyện chữ nghĩa. Nhiều người không hài lòng nhưng ai cũng biết không ai khác có thể làm hơn được trong hoàn cảnh chợ chiều của văn chương trên giấy. Khi Huy kiệt sức, tạp chí chết. Dù sự nghiệp văn chương của Huy có thể không lớn nhưng rất nhiều nhà văn dù lớn hay bé, đặc biệt những nhà văn có liên hệ bài vở với tờ Văn Học, phải nợ nần Huy. Nợ nần chồng chất trong suốt thời gian khá dài Huy làm Tổng thư ký, rồi Tổng thư ký, rồi Tổng thư ký… rồi sau cùng, Chủ biên tờ tạp chí này.

Cùng lúc, cuộc đời Huy luôn chứa đựng nhiều mảnh khác nhau. Có những mảnh rõ ràng không ăn khớp. Thế nhưng, trong từng mảnh, Huy sống thật lòng, chơn chất, đôi lúc lặng lẽ nhưng luôn trắng đen rõ rệt. Cái trắng đen rõ rệt đó thường gây tranh cãi, bực dọc với cả những người thân, rất thân. Nhưng, khó ai ghét Huy được. Những ai gần gũi Huy đều biết Huy không hề hưởng ân sủng của may mắn nhưng lại được tình thân đặc biệt của nhiều người. Gia đình, bè bạn, đồng đội cũ. Rất nhiều trong số này khác tánh Huy, hay ít ra cũng từng "gây gổ" với Huy. Cái tình thân đặc biệt đó có được do chính con người Huy. Lầm lì. Thỉnh thoảng chửi thề. Thỉnh thoảng nở một nụ cười châm biếm. Thỉnh thoảng nói một câu rất ngắn nhưng đủ để "chọc tiết" người nghe. Tuy nhiên, người gần gũi Huy dù có thể buồn lòng đôi chút vẫn cảm thấy thoải mái, cảm thấy tin cậy. Bạn bè ở xa về chơi, khó có ai không muốn gặp Huy. Dù ít ai nghe Huy nói về vợ con nhưng những bạn bè rất thân đều biết Huy thương yêu vợ con vô cùng. Dù Huy không sống với cha mẹ từ bé nhưng Huy yêu cha mẹ cũng vô cùng. Đặc biệt là với cha. Tình cảm đó sâu đậm, mãnh liệt. Thế nhưng, những vết hằn của thân phận vẫn rõ nét trong tâm tư, khiến những biểu lộ tình cảm thường lững lờ. Với bạn bè cũng thế, với người thương yêu cũng thế. Có thể có người cho là hời hợt. Thật ra, không phải. Tôi muốn ghi lại đây chút tâm tình của Huy, trích từ tác phẩm Cây Tùng Trước Bão của Hoàng Khởi Phong. Chỉ một chút nói về cha, nhưng qua đó, ta có thể hiểu con người toàn diện của Huy như thế nào.

"*... Ngày xa đất Bắc tôi mới có sáu bẩy tuổi gì đó, chưa gặp mặt cha. Cha con xa nhau gần ba mươi năm mới gặp lại lần đầu. Tôi từ nhà giam ở Bình Điền mò ra, năm năm trong câm nín, năm năm trong u hoài. Gần ba mươi năm... cha và con, cha và con. Tôi gặp lại bố tôi ở Huế, hai cha con đi ăn chè tại một quán chè bên bờ sông Hương. Con sông này mấy năm nay hình như con nước trôi cũng... chậm chạp, lững lờ hơn trước.*

Hai bố con đang ăn. Ông cụ buông thìa nhìn tôi hỏi:

"Chắc là mày ghét Việt Cộng lắm hay sao mà đi cái thứ lính ác ôn thế này?"

Tôi trả lời ngay lập tức:

"Ghét thì không ghét gì, nhưng mà bắn được thằng nào đỡ thằng ấy".

Ông bố tôi trầm ngâm một chút rồi hỏi:

"Như vậy là mày bắn cả bố mày à?"

Tôi cũng trả lời ngay lập tức:

"Bắn chứ, ở ngoài mặt trận thì phải bắn để mà sống chứ, với lại có biết ai là bố đâu?"

Đó là lần duy nhất hai bố con gặp gỡ nói chuyện. Tính ra từ năm 54, tôi theo mẹ vào Nam cho tới khi xuống ghe vượt biên hai bố con nói được có vài câu lại chẳng ra làm sao cả... Tôi không phải không muốn dịu dàng với người đã sinh ra tôi. Bố tôi thì như bác đã biết, đã tham gia Nhân Văn Giai Phẩm thì chắc cũng chẳng ưa gì Cộng Sản. Nhưng cái hoàn cảnh gặp nhau nó kỳ cục quá. Chính tôi đã không được sửa soạn tâm lý, lại cộng với những năm tháng trong tù bề gì cũng đã ảnh hưởng tới phản ứng xốc nổi của tôi..."

Từ ngày bước vào cõi nhân sinh, trải qua bao thăng trầm, Huy luôn tỉnh bơ với cuộc đời. Vẫn tỉnh bơ khi biết một con bệnh quái ác đang chụp đến. Cách đây một năm, khi tôi về chơi Quận Cam mấy hôm, hầu như ngày nào tôi cũng đi ăn hay trò chuyện với Huy cùng với vài bạn thân khác. Huy vẫn tỉnh bơ về chuyện bệnh hoạn của mình. Tôi cứ ngỡ tình trạng chưa đến nỗi nào. Cách đây vài tuần, sau một chuyến đi xa về, tôi được tin Huy bệnh nặng, nặng lắm, y học bó tay rồi. Tôi liền gọi điện thoại cho Huy, chỉ nghe giọng thều thào. Tôi lặng người. Có bao giờ trong đời tôi nghe Huy thều thào. Tôi tìm cách thu xếp nhanh những việc riêng cần thiết để bay về Quận Cam. Hai ngày trước khi tôi lên đường, nhận được điện thoại của Trịnh Y Thư cho biết đúng 4 giờ 53 phút chiều Thứ Sáu 12/11/2010, Cao Xuân Huy đã từ biệt vợ con và vài bạn bè thân nhất đang ở bên cạnh, bình thản đi vào nơi vô tận. Trịnh Y Thư nói Thư biết là Huy đau lắm, con bệnh quái ác đó hoành hành Huy dữ lắm, nhưng Huy vẫn dằn cơn đau để khỏi buồn vợ con, để như không có sao cả, để bình thản ra đi.

Khi đến Quận Cam, tôi chỉ được nhìn thấy thân xác Huy trong quan tài, trong quân phục Thủy Quân Lục Chiến. Huy ốm và già đi nhiều, nhưng vẫn giữ nét bình thản. Sáu hôm sau, Huy được đưa vào lò thiêu. Khoảng sau 11 giờ trưa hôm đó, tức Thứ Năm 18/11/2010, khói lò thiêu bốc lên. Bây giờ, Huy hoàn toàn trở về với tro bụi. Bây giờ, Huy có thể thảnh thơi trở lại các chiến trường xưa, thăm bạn bè cũ. Huy có thể vui đùa với họ thâu đêm suốt sáng. Chẳng cần phải ngâm câu Chinh Phụ… *nào ai mạc mặt nào ai gọi hồn…*, vì Huy đã ở nơi đó với họ rồi. Chẳng cần phải bắn ai, phải giết ai. Cũng chẳng phải lo nhìn thấy đứa bạn thân nào bất thần gục ngã máu trào lên bát cơm. Và, chẳng phải hận thù đứa nào.

Huy, hãy vui với ngàn thu đi! Hãy giúp mang bình an đến những người thân yêu còn lại. "Chị Hai" và các cháu Chúc Dung, Xuân Dung.

California, 23 tháng 11 năm 2010

PHÙNG

Tôi nghe tiếng Phùng Nguyễn (PN) khá lâu, tuy nhiên chỉ thực sự có giao tình với nhau từ đầu năm 2003. Thời gian đó, tạp chí Hợp Lưu ra chủ đề Yêu với sự tham dự của 27 nhà văn. Trần Vũ nhờ tôi viết Bạt cho chủ đề này. Lúc đó, PN vừa mới nhận chức vụ Chủ Bút của Hợp Lưu, đồng thời đóng góp một truyện ngắn cho chủ đề.

Đọc hết 27 sáng tác được chọn đăng, tôi đặc biệt chú ý đến Ca Bin của PN. Tôi đã viết như thế này về truyện ngắn đó: *Ca Bin của Phùng Nguyễn được viết với một cấu trúc rất lạ, một phối hợp của tân hình thức và hậu hiện đại. Một bài thơ tiếng Anh với lời chuyển ngữ cố ý làm khác và cả một màn hình điện toán đã được sử dụng thật thành công cho cấu trúc này. Truyện ngắn của Phùng Nguyễn có khả năng mở đầu cho một phong trào viết truyện mới. Ở đây không có thảm kịch. Nó lẫn lộn cuộc đời thực với cuộc đời trong mơ, đuổi bắt lẫn nhau, và người đọc khó phân biệt được cái mơ và cái thực. Đó là cái đẹp tuyệt vời của một tình yêu tự nhiên và rộng mở, không ràng buộc, không tự nhốt mình lại như trong một ca-bin.*

PN chỉ phụ trách Chủ Bút Hợp Lưu trong một thời gian ngắn. Từ đó, tôi không có nhiều cơ hội liên hệ với PN nữa. Thỉnh thoảng có gặp nhau mỗi khi về thăm California, hay liên lạc với nhau qua email về một số sinh hoạt văn học hay về đời sống của một số bạn văn. Không trao đổi với nhau nhiều. PN rất thâm trầm, ít nói, hầu như chỉ nói những gì cần thiết. Tuy nhiên, theo dõi bài vở trên các tạp chí văn học, giấy hay mạng, hay qua những câu chuyện với bạn bè, tôi biết được khá rõ về những đóng góp của PN cho văn học Việt Nam. Đặc biệt, đóng góp của PN vào nỗ lực sáng lập tạp chí mạng Da Màu. Những ấn tượng tôi có về PN kể từ lúc tôi viết những dòng đầu tiên sau khi đọc truyện ngắn Ca Bin, càng rõ nét.

Mấy năm sau này, khi Quỳnh Loan nhận công việc mới ở Maryland, vợ chồng dời về đây, chúng tôi mới gặp nhau khá thường xuyên, hiểu nhau hơn và thân nhau hơn. Nếu không có việc đi xa, PN có mặt hầu hết trong những họp mặt với bạn bè trong sinh hoạt văn học nghệ thuật. Chúng tôi chia sẻ với nhau những ưu tư về văn học Việt Nam, trong lẫn ngoài nước. Chia sẻ với nhau về những đóng góp cần có của người cầm bút, của người làm nghệ thuật, vào những sinh hoạt liên hệ đến sáng tác và phẩm chất của tác phẩm. Họp mặt bạn bè thường bao gồm những nhận định, những bàn thảo, hay những tranh cãi về văn chương. Chẳng hạn, tranh cãi về ảnh hưởng của Gabriel García Márquez trong một số tác phẩm nổi tiếng của văn học Việt Nam hiện nay. Rất khó quên cách diễn đạt trầm tĩnh và sâu sắc của PN trong những họp mặt như vậy.

Khoảng cuối tháng 10 vừa qua, nhân có các bạn thuộc nhóm chủ trương tạp chí Quán Văn ở Việt Nam, như Nguyên Minh, vợ chồng Trương Văn Dân, Lữ Kiều, Đoàn Văn Khánh, cùng một số nhà văn, nhà thơ từ Boston và San Jose về thăm vùng DC, chúng tôi tổ chức một cuộc họp mặt, khá đông, rất vui và thân tình. Hôm đó, có cả người bạn thân của tôi, Nguyễn Đình Vinh. Vinh cho biết rất cảm kích về đóng góp của PN trên blog "Rừng & Cây" trên VOA và mong có dịp chuyện trò lâu với PN. Tôi hứa sẽ mời cả hai đến nhà chơi một ngày nào đó rất gần. Ngày đó không bao giờ đến!

Xế trưa ngày Thứ Ba 17/11/ 2015, tôi nhận được báo tin của Nguyễn Quang và Đinh Cường cho biết PN đã qua đời, vẫn còn nằm trong bệnh viện. Tôi bàng hoàng, ngỡ ngàng. Tôi định sau khi đón thằng cháu ngoại ở trường về sẽ chạy ngay vào bệnh viện thì nhận được điện thoại của Đinh Từ Bích Thúy. Thúy cho biết bệnh viện chuẩn bị đưa PN xuống nhà quàn, không ai vào thăm được. Xót xa! Không nói được lời cuối với bạn mình khi còn nằm trên giường bệnh. Buổi gặp gỡ với đông đảo bạn bè cách đây ba tuần là buổi gặp gỡ sau cùng với PN.

Sự ra đi của PN quá bất ngờ với mọi người. Tuy nhiên, trong con người lặng lẽ, tế nhị, sâu sắc đó dường như có một linh cảm nào. Như Nguyễn Minh Nữu đã khám phá từ một bài viết của PN, Xuôi Dòng Ký Ức, viết nhân ngày giỗ đầu của nhà văn Nguyễn Xuân Hoàng (NXH). Trong bài, PN ghi lại hình ảnh NXH tại một quán cà phê trong một gặp gỡ năm nào. Rồi, liên tưởng đến một gặp gỡ với NXH trong tương lai. "… Ở đó, ông đặt mua không phải một mà hai ly cà phê, mang đến chiếc bàn nhỏ ở một góc quán rồi bình thản ngồi xuống, không hề bồn chồn, chờ đợi. Bởi vì tôi sẽ đến, như đã hứa. Tôi nhất định sẽ đến, không thể nào khác đi được." Và, khi tôi báo tin buồn cho Nguyễn Đình Vinh, Vinh xúc động vô cùng, rồi hỏi tôi có biết bài viết sau cùng của PN trên VOA tựa đề là gì không. Tựa đề của bài viết là **Mệnh Trời**.

Mệnh Trời! Đành vậy thôi. Không thể nào khác đi được.

Maryland, tháng 11 năm 2015

Lá Mùa Thu

Lần đầu tiên tôi gặp Đinh Cường là vào một buổi xế trưa đầu hè 1974. Tôi và Lê Thành Nhơn ra phi trường Nha Trang đón Cường về nhà, chuẩn bị cho một cuộc triển lãm cá nhân do đại học Duyên Hải tổ chức. Chúng tôi trở thành bạn thân từ đó. Cùng với Lê Thành Nhơn, Trịnh Công Sơn, Bửu Ý, Huy Tưởng, chúng tôi làm việc chung với nhau ở Duyên Hải trong một số chương trình nhân văn, chia sẻ những ước mơ đẹp về một tương lai cần có cho những thế hệ tiếp nối đào tạo từ ngôi trường này. Thời gian sinh hoạt chung với nhau khá ngắn nhưng đã để lại nhiều kỷ niệm khó quên.

Sau 1975, đại học Duyên Hải không còn nữa. Lê Thành Nhơn đi tỵ nạn ở Úc, sau đó tôi đi Mỹ. Hơn hai mươi năm sau tôi mới gặp lại Cường, chị Tuyết Nhung, và các cháu, sang định cư ở Virginia. Tôi có phụ với Phạm Nhuận và một số bạn khác tổ chức cuộc triển lãm đầu tiên của Cường ở Mỹ. Từ đó, chúng tôi gặp gỡ nhau khá thường xuyên. Tôi ngờ rằng đời sống ở Mỹ có thể tốt cho các cháu nhưng không chắc nó hợp với Đinh Cường, vốn sống nặng về nội tâm, quen gần gũi những bạn bè thân tình từ thuở còn trẻ. Tuy vậy, tôi vẫn thấy được nơi Cường một thái độ nhẫn nại, thâm trầm trong cố gắng giữ cân bằng giữa đời sống một con người bằng xương, thịt phải đương đầu với những vấn đề rất thực tế của xã hội Mỹ với đời sống của một nghệ sĩ có một thế giới rất riêng tư. Một thế giới của nghệ thuật, của tình bạn, của những nơi chốn luôn gắn liền với cuộc đời mình, như Huế, như Sài Gòn, như Dran, như Bình Dương,... và của hồi tưởng, nói chung. Thỉnh thoảng, tôi vẫn cảm nhận được nơi Cường ít nhiều chao đảo trong nỗ lực cân bằng đó.

Đinh Cường là một tài danh lớn của hội họa Việt Nam, và là một bạn hiền, bạn tốt của hầu hết họa sĩ, văn thi sĩ được biết đến, thuộc nhiều thế hệ khác nhau. Lớp già, không còn trên trần gian nữa, như Bùi Giáng, Nguyễn Tuân, Bùi Xuân Phái, Mai Thảo, Võ Phiến, Võ Đình, Thái Tuấn, Thanh Tâm Tuyền, … Cùng trang lứa, như Trịnh Công Sơn, Bửu Ý, Bửu Chỉ, Hải Phương, Nguyễn Đức Sơn, Trịnh Cung, Nguyễn Trung, ... Lớp trẻ hơn, như Trần Vũ, Nguyễn Thị Thanh Bình, Hoàng Ngọc Tuấn, Phạm Cao Hoàng, Nguyễn Trọng Khôi, Trần Hoài Thư, Nguyễn Ý Thuần, ... Không giống như nhiều văn nghệ sĩ nổi tiếng, Đinh Cường rất trân trọng công trình của người khác, một cách đặc biệt. Hầu như tất cả được Cường vẽ chân dung hay phác họa chân dung, hay làm thơ đề tặng, không phải chỉ một lần, mà có người, rất nhiều lần. Có lẽ Đinh Cường là người họa sĩ nổi tiếng duy nhất của Việt Nam đã viết sách, rất công bình, với nhận định sâu sắc và từ tốn, về những họa sĩ thuộc lớp đàn anh đã có công lớn cho hội họa Việt Nam, bằng tác phẩm của họ hay bằng công trình đào tạo tài năng cho các thế hệ sau.

Có một điều tôi muốn thổ lộ ở đây, vì, có thể, nó cũng giống với tâm trạng nhiều bạn bè khác hay của nhiều người xem tranh, đọc thơ Đinh Cường. Dù luôn luôn là bạn tốt, trong suốt một thời gian khá dài, tôi với Cường sống trong hai thế giới khác nhau, phần trùng hợp không lớn. Thế giới của tôi khá bình dị, gần với thực tế, không có những lực đè nén để buộc tôi phải chìm đắm vào những lớp sâu của tâm hồn. Tôi thích thơ của Đinh Cường, tôi ngưỡng mộ tranh của Đinh Cường. Tôi cảm được có một giá trị cao nơi tác phẩm của bạn tôi. Bố cục, màu sắc, hình họa, và tính trừu tượng rất đặc thù. Tôi cũng cảm được rằng ở đây dường như có một chút phối hợp hài hòa giữa Modigliani với Picasso, và trên hết là của chính tài năng và tâm hồn của Đinh Cường, rất riêng. Tuy nhiên, dù ngưỡng mộ, tôi vẫn cảm thấy một chút xa cách. Chẳng hạn, tôi biết được, thấy được những thiếu nữ trong tranh Đinh Cường đẹp, rất đẹp, nhưng tôi không thấy gần với họ, không có cảm giác mình đụng được những con người như thế. Cho đến khi, tôi bắt đầu vẽ, bắt đầu xa rời dần cái thực tại bình thường của đời sống hằng ngày để đi vào cái thực tại của nội tâm. Lúc đó, những thiếu nữ của Đinh Cường cũng bắt đầu rời khỏi những con đường nhỏ của cố đô Huế năm xưa, hay rời khỏi những nấm mồ hoang sau nhà Bồ Tùng Linh, để đi vào thế giới riêng của tôi, như những con người rất thật. Cả cái nhà thờ con gà ở Đà Lạt, những phố xá, núi đồi trong mù sương ở Dran, hay anh da đen thổi kèn đồng ở Mỹ, v.v..., đều như thế. Tất cả khiến cho cái thế giới nội tâm của tôi nhộn nhịp lên, làm cho đời sống giàu hơn.

Người vẽ tranh, người làm thơ Đinh Cường chắc chắn có được một niềm hạnh phúc lớn khi bằng nỗi đam mê, tài năng, trí thông minh, và sức làm việc kiên trì để tạo nên những tác phẩm để đời, ưng ý. Niềm hạnh phúc đó không mấy ai khác có được. Tuy nhiên, khi tập tễnh bước vào cái thế giới của nghệ thuật, tôi cũng bắt đầu hiểu ra rằng mọi thứ không hẳn đơn giản như thế. Không hẳn chỉ có cái hạnh phúc đó. Nó còn có đau đớn, dằn vặt. Nó phải như thế nào để có chuyện Van Gogh tự cắt lỗ tai ông. Đam mê càng lớn, ước vọng càng cao, càng dễ thấy cái giới hạn của sức lực mình. Ráng tạo một tác phẩm như ý rất thường khi không khác như lao đầu vào một cuộc chiến của nội tâm. Dù xung quanh có bao người thân yêu, có bao bạn bè tốt, cuối cùng cũng chỉ có một mình mình thôi phải đương đầu với nó. Nỗi cô đơn rất khó tả.

Thường tình là như vậy, huống chi, khi biết mình mắc thêm một chứng bệnh trầm kha. Lúc đầu, bạn tôi vẫn giữ nguyên cái an nhiên, tự tại thường tình, và tin tưởng nhiều vào khả năng của y học. Vẫn vẽ nhiều, vẫn viết nhiều, vẫn gặp gỡ bạn bè thường xuyên, như không có gì xảy ra. Chấp nhận những đau đớn của chemo như điều không thể tránh. Cho đến khi, cơ thể yếu hẳn dần. Lúc đó, theo dõi những bài thơ trên blog Phạm Cao Hoàng, những bài thơ được viết ra như viết nhật ký, tôi có cảm tưởng nửa khuya nào bạn tôi cũng thức dậy. Ngó qua khung cửa sổ, nhìn bóng đêm, nhìn vầng trăng. Rồi, nhìn lên kệ sách. Rồi đi tìm những cuốn sách, những bài thơ của bạn bè. Rồi viết cho người này, người nọ, cho những người còn sống, cho những người đã chết. Thi thoảng còn từ ký ức phác họa vài chân dung của bạn bè. Tôi cảm phục sức làm việc phi thường, ý chí cống hiến thanh thoát, nhưng đồng thời, tôi cũng cảm nhận được nỗi cô đơn cùng cực của bạn. Nói như Đinh Trường Chinh, "cô đơn đi vào bóng tối".

Chỉ trong ba năm sau cùng, Đinh Cường đã đăng 875 bài thơ cùng với một số lượng tranh tương tự, theo ghi nhận trên blog của Phạm Cao Hoàng. Chúng ta không cần phải trở về thi ca đời Sơ Đường, đọc Lý Thương Ẩn để cảm thán với câu "xuân tàm đáo tử ti phương tận" mà Nguyễn Du dịch là "con tằm đến thác vẫn còn vương tơ". Chỉ cần đọc hết một phần những bài thơ đó, xem hết một phần những bức tranh đó, cũng đủ kinh hoàng với sức nhả tơ của một con tằm như chúng ta biết.

Họa sĩ Đinh Cường đã cống hiến cho hội họa Việt Nam một tài sản lớn. Nhà thơ Đinh Cường đã làm thơ rất nhiều, như một cách thể hiện cái vi tế và phong phú của đời sống, rất đặc thù. Tôi nhớ, có một câu nói ở đâu đó, "nhân tài như lá mùa thu".

Một chiếc lá mùa thu rất đẹp vừa rơi xuống!

Maryland, ngày 12 tháng 1 năm 2016

THƠM MÃI MÙI HƯƠNG

Tôi quen nhiều người làm thơ. Thơ có hay, có không hay. Bạn có thân, có sơ. Thế nhưng, không phải ai cũng để lại trong tôi những ấn tượng đẹp, những tình cảm sâu đậm, dù với người có nhiều thơ tôi thích. Giữa thơ với người thường có khoảng cách.

Tôi nhận được tập thơ "ĐẤT còn thơm mãi mùi hương", ấn bản sau cùng, của Phạm Cao Hoàng (PCH) vào đầu thu 2018 khi đang ở San Jose, California. Ấn bản mới đẹp hơn, nhiều thơ hơn, nhiều phụ bản hơn. Mở tập thơ ra xem, tôi có cảm giác như vẫn ngồi đâu đó ở Virginia, với vợ chồng Hoàng, cháu Thiên Kim, với bè bạn thường lui tới, giữa cái rộn ràng của cỏ cây đang rực màu thu của vùng đông bắc. Ở PCH, thơ và người luôn đi liền nhau. Trong tập thơ nhỏ, khoảng 100 trang, tôi thấy ở đó cả một đời người. Có tình yêu đậm đà cho quê hương, nồng nàn cho cha mẹ, vợ con, gia đình, và tình bạn thắm thiết. Nhiều bạn. Người mất, người còn.

Tôi xa quê đã hơn 40 năm. Nhớ quê nhiều. Nhưng, khi đọc thơ Hoàng lần này, tôi lại cảm được ở nơi mình có một nỗi nhớ khác, bình dị nhưng da diết, từ mấy câu thơ như:

bữa đó con về thăm Phú Thứ
gặp lại mùi hương của ruộng đồng
gặp lại những năm và tháng cũ
mây khói quê nhà nhẹ bước chân
(MÂY KHÓI QUÊ NHÀ, trang 61)

Khi đọc những dòng thơ PCH viết cho cha mẹ, cho chị, cho

người thân, tôi có thể tưởng tượng ra hình ảnh của những con người này. Hoàng không vẽ chân dung, nhưng qua vài dòng cảm xúc, tôi hình dung ra được ánh mắt của họ, nhận ra được cái bên ngoài mộc mạc đó chất chứa bao tình thương nào, bao hy sinh, bao khắc khoải nào. Như, khi Hoàng viết về cha:

ngày mùa đông cha mặc áo tơi ra ruộng
ngày nắng lửa cha gò mình đạp lúa
những sáng tinh mơ cùng đàn bò lầm lũi đi về phía bờ mương
...
thương chiếc áo cha một đời thơm mùi đất
thương đất quê mình thơm mãi mùi hương
(CHA TÔI, trang 71)

Và, nỗi đau khi nhớ về các bậc sinh thành đã *"về làm cát bụi"*:

lớn lên dưới trời khói lửa
mẹ thương, lo từng bữa ăn
cha thương, lo từng giấc ngủ
chị thương, an ủi dỗ dành
...
nhớ ngày tôi đi biển khóc
bóng cha tôi ở cuối đường
...
nhớ ngày tôi đi mẹ khóc
ruộng vườn bỏ lại sau lưng
mây mù che ngang đèo Cả
đường xa mưa gió mịt mùng
(MAI KIA TÔI LÀ HẠT BỤI, trang 61)

PCH viết nhiều về bè bạn. Như Đinh Cường, Nguyễn Xuân Thiệp, Nguyễn Xuân Hoàng, Trần Hoài Thư, Phạm Văn Nhàn, v.v... Đinh Cường là một người bạn chung. Những năm tháng sau này, trước khi Cường mất, chúng tôi gặp nhau khá thường xuyên, cùng với nhiều bạn bè khác ở vùng Virginia. Tình bạn giữa tôi với

Cường trải dài hơn bốn mươi năm, cùng chứng kiến bao thăng trầm, cùng trải qua một thời tuổi trẻ với sức sống hừng hực như hàng ngàn cây phượng nở rực trên ngọn đồi một đại học chúng tôi cùng làm việc với nhau. Và, cùng trải qua những tháng ngày hiu hắt khi trở về thăm ngọn đồi đó chỉ còn thấy vài gốc phượng xác xơ. So với tôi, PCH chỉ thân với ĐC nhiều năm sau, nhưng tình bạn giữa PCH với ĐC lại rất thâm trầm và ẩn chứa một chất tri kỷ rất ít thấy mà chính tôi không có được. PCH đã cảm nhận sâu sắc tâm trạng của ĐC khi sau bao nhiêu năm về lại một chốn cũ, Dran (Đơn Dương), một thị trấn cao nguyên nhỏ mà ở nơi đó Cường có vài năm dạy học. PCH đã viết lên những câu như:

khi trở về chàng đứng ngẩn ngơ
giọt nước mắt rơi trên nền đất cũ
đêm Dran
nhớ tiếng xe thổ mộ
về hướng Kado về phía Lạc Lâm
đêm Dran
...
nhớ những mảng màu của một thời tuổi trẻ
chiếc giá vẽ gian nan cùng năm tháng sương mù
(DRAN, NGÀY VỀ, trang 44)

Và khi ĐC thình lình ngã bệnh nặng phải nhờ trực thăng cấp cứu đưa vào bệnh viện:

chàng ngã xuống
sau khi đã đi nửa vòng trái đất
và dừng chân bên khu rừng Burke
nghe tiếng chim hót buổi sáng
nghe tiếng lá xào xạc buổi chiều
những ngày mưa hiu hắt
những ngày bão tuyết hoang mang
trong garage

đằng sau giá vẽ
chàng lặng lẽ
vẽ chân dung mình
và nỗi nhớ quê hương
(ƯỚC MƠ CỦA NGƯỜI HỌA SĨ, trang 39)

Tôi thấy được ở đây cả một bức tranh "biểu tượng" vẽ cho ĐC, dù PCH chưa bao giờ thực sự cầm cọ tô màu trên giá vẽ.

Trong bài thơ đề tặng Trần Hoài Thư, tôi thích nhất hai câu sau đây, nói lên được rất nhiều về bạn mình, nỗi niềm lẫn thế sự:

mười năm một thoáng phù vân
tiếng chim vườn cũ mùa trăng quê người
(DÙ SAO VẪN CÁM ƠN ĐỜI, trang 30)

Xếp sách lại, cố nhớ những câu thơ đã đọc, cố mường tượng những hình ảnh ẩn hiện trong sách, tôi thấy ra ngay, rất rõ, hình ảnh của Cúc Hoa. Rất rõ. Không chút liêu trai nào. Và, đây cũng là một yếu tố tạo nên sắc thái riêng của thơ PCH. Yêu một người con gái nay đã thành sương khói hay yêu một người đẹp chỉ có trong mộng, để làm thơ. Tôi đọc được khá nhiều thơ loại này, nhưng cả với nhiều bài nổi tiếng, cái không thật nếu có rất dễ nhận ra, người đọc thấy ngường ngượng. PCH làm nhiều thơ cho vợ mình, một người vợ đã cùng chia sẻ ngọt bùi ba bốn mươi năm nay, cùng chịu đựng bao nhiêu chông gai trong cuộc đời. Tôi thân với họ, tôi hiểu họ, kín đáo, thâm trầm. Tôi đọc thơ PCH, tôi cảm nhận được từ đó một thứ tình yêu chơn chất, đậm đà, nhưng thật, như con người rất thật của họ.

bây giờ nhớ núi nhớ rừng
nhớ sông nhớ biển nhớ trăng quê nhà
thương em ngày nắng Tuy Hòa
chiều mưa Đức Trọng, sáng Đà Lạt sương
thương em và những con đường

một thời tôi đã cùng em đi về
(BÂY GIỜ, trang 32)

Cách đây khoảng mười năm, Cúc Hoa bị tai nạn xe khá nặng ở Virginia. PCH viết về cảm giác của mình khi đưa vợ từ bệnh viện về, ngồi trên xe lăn:

hôm em ở bệnh viện về
cụm hoa trước ngõ cũng vừa ra bông
đã qua rồi một mùa đông
và qua rồi những ngày không tiếng cười
(ĐÃ QUA RỒI MỘT MÙA ĐÔNG, trang 34)

Tình yêu của họ, gắn liền với tình yêu của đất. Đất ở quê nhà:

ngày xưa, ngày xưa, ngày tôi và em lang thang trong sương mù Đà Lạt
ngày xưa, ngày xưa, ngày em chở con đi học
ngày xưa, ngày xưa, bữa ăn chín phần mười là bắp
đêm em nằm trằn trọc
vì không đủ sữa cho con
(CHIA TAY NGỰA Ô, trang 46)

Đất ở tha hương, ngay sau nhà mình, trong tuyết giá:

cùng em ra sân cào tuyết
gió đêm lạnh đến tê người
tuyết nhiều cào xong thấm mệt
và đôi chân bước rã rời
(ĐÓA HOA HỒNG TRONG TUYẾT, trang 67)

Và, nắng gió ở tha hương, khi dừng chân bên dòng Potomac:

gió lồng lộng cả một trời đông bắc
tóc em bay trong nắng thu vàng
(KHI DỪNG LẠI BÊN DÒNG POTOMAC, trang 24)

*

Để qua bên phần chữ nghĩa của bao nhiêu bài thơ, tập sách nhỏ "ĐẤT còn thơm mãi mùi hương" cần được xem là một tác phẩm nghệ thuật với sự sắp xếp, chăm sóc chu đáo và tài tình. Cảm giác này tôi luôn có được khi thường xuyên theo dõi Trang Văn Học Nghệ Thuật Phạm Cao Hoàng trên web. Ở đó không phải chỉ có thơ, có văn, có họa mà ở đó người đọc còn cảm nhận cái thi vị, vi tế lẫn một thứ hồn nhiên rất đặc biệt. Chẳng hạn, đang nghiêm túc với những sáng tác văn học, hội họa, của rất nhiều tác giả, cùng những truyện dịch chọn lọc của Thân Trọng Sơn, v.v... để đi vào một thế giới rộng mở của nghệ thuật, thì thình lình nghe một bản nhạc do Sylvie Vartan hát da diết tự năm xưa, hay một độc tấu tây ban cầm rất thời thượng. Cũng có thể, rất bất ngờ, xuất hiện một lịch trình các trận túc cầu, nếu đang mùa World Cup. Rồi, trở lại ngay với... văn học nghệ thuật. Sinh động! Rất "Phạm Cao Hoàng", trong thơ hay ngoài thơ.

Về thơ của PCH, tôi đồng ý với nhận xét của Nguyễn Xuân Thiệp trong lời bạt: *"Đọc thơ Phạm Cao Hoàng, ta thấy tâm hồn anh đầy nhân hậu, bao dung và độ lượng, luôn mở rộng đón nhận những âm vang của đất trời. Ở Phạm Cao Hoàng, không có sự ganh ghét, thù hận hay ra vẻ trí thức triết lý với đời. Thơ anh trong sáng, tự nhiên, bình dị; nhẹ nhàng đi vào hồn người"*.

Xin nói thêm. Thơ PCH có nhạc. Lời thơ chơn thật nhưng vẫn luôn bàng bạc nét cao sang trầm lặng của một tâm hồn đẹp.

Thơ, văn, âm nhạc, nghệ thuật, cùng với những đóng góp và cách đóng góp như nói trên, đã giúp làm cho mảnh đất mà chúng ta đang sống ở đây luôn còn thơm mãi mùi hương. Không có nó, đất cằn cỗi và trơ trẽn.

Maryland, tháng 12 năm 2018

Về Lại Sorrento

"*... anh vẫn nhìn thấy đôi mắt em trong những đêm mơ... đừng nói lời vĩnh biệt... hãy về lại Sorrento...*" Đây là những lời tôi dịch vội từ bản tiếng Anh, Come Back to Sorrento, phiên bản Dean Martin của bản tình ca bất hủ Torna a Surriento của Ernesto De Curtis. Tôi mê bản nhạc này từ những ngày mới bước chân vào trung học, qua lời ca tiếng Việt của Phạm Duy, Trở Về Mái Nhà Xưa. Lúc đó, tôi chưa hề thật sự sống xa nhà, chưa thật sự có những mất mát lớn nào, nhưng mỗi lần nghe vẫn thấy thắt ruột, cảm giác như mình đang trong tâm trạng một kẻ tha phương trở về ngôi nhà cũ. Cho đến một ngày, tôi vĩnh biệt tuổi thơ, rồi sống biền biệt xa nhà, sống xa bao người thân, trải qua bao mất mát kinh hoàng. Lúc đó, đêm nào nghe Luciano Pavarotti hát Torna a Surriento, tôi không ngủ được. Tôi không hiểu thổ ngữ Neapolitan của Ý, không hiểu ý nghĩa lời ca nguyên gốc, nên nghe nhạc tôi liên tưởng đến lời ca của Phạm Duy. Tôi mơ thời gian đi ngược, tôi mơ tôi thấy lại, tôi có lại… Tôi tưởng chừng đang nghe tiếng chân những hồn ma từ quá khứ trở về.

Tôi vào trung học Võ Tánh năm 1952, cùng lúc với các bạn Đặng Như Đức, Nguyễn Công Thuần, Nguyễn Đình Vinh, Lê Ánh, Tôn Thất Chuyết, Từ Văn Minh, Nguyễn Văn Tài, Trương

Túy Trúc, Hoàng Thị Ngọc Táo, Trần Thị Hảo, v.v… Lúc đó trường chưa có cơ sở riêng, phải mượn một số lớp của trường Nam Tiểu Học, trên đường Hàn Thuyên. Đến giữa năm, trường dời về trụ sở mới trên đường Bá Đa Lộc. Cũng trong năm đó, trường không còn mang tên Collège de Nhatrang, hay trường Trung Học Công Lập Nha Trang do anh cả tôi, Trương Văn Như, làm hiệu trưởng mà mang tên mới, Võ Tánh, với thầy hiệu trưởng mới, Lê Tá. Bây giờ trường mang tên Lý Tự Trọng. Đã bao nhiêu biển dâu kể từ những ngày xa xưa đó. Nhưng mỗi khi hồi tưởng, hình ảnh nổi bật vẫn thường là hình ảnh những thằng bé sau giờ học chạy ra biển, chạy theo những con dã tràng, rong chơi, rượt bắt với bạn bè trên cát, hay hái trộm trái tra của Sở Thuốc dọc bờ biển Nha Trang. Biển gắn liền với tuổi trẻ chúng tôi.

Năm mươi ba năm sau, do lời mời của Tôn Thất Chuyết, chúng tôi, một số bạn bè từ năm xưa, những thằng nhóc con của trường Võ Tánh ngày nào, lại gặp nhau, sống chung với nhau một tuần lễ trong cùng một ngôi nhà trên bãi biển. Không phải biển Nha Trang mà biển Puerto Vallarta của Mễ Tây Cơ. Bãi biển chúng tôi đến còn khá hoang sơ, không giống với Nha Trang bây giờ nhưng khá giống với Nha Trang của 53 năm trước. Với mái tóc đã bạc hay ít nhất cũng đã muối tiêu, Nguyễn Xuân Ngật, Nguyễn Công Thuần, Từ Văn Minh, Nguyễn Lưu Phương, và tôi đều mang bà xã theo. Đến đây để thăm Chuyết, đang làm đồn điền ở đó, và để được sống trong một không gian ít nhiều giống cái không gian những ngày cũ. Trong số này, có vài người hơn 40 năm chưa gặp lại. Khi gặp, tất cả đều đã qua những chuỗi dài ngày tháng khác hẳn nhau.

Những ngày ở Puerto Vallarta, mỗi sáng chúng tôi đều xuống ngâm mình dưới biển, không bơi nhưng tụm lại nói chuyện xưa. Đứa nào còn, đứa nào mất. Đứa này bây giờ ra sao, đứa kia bây giờ ra sao. Tôi muốn nói ra đây vài lời về hai người bạn được nhắc đến trong những câu chuyện đó: chị Trần thị Hảo và Đồng Sĩ Thạnh. Các bạn tôi không biết hiện giờ chị Hảo ra sao nhưng tôi biết. Tôi không biết những gì đã xảy ra cho Đồng Sĩ Thạnh nhưng các bạn tôi biết rõ. Nghĩ đến họ, tôi không thể không hồi tưởng đến căn nhà cũ của tôi trên đường Hàn Thuyên. Từ trong nhà ngó ra, tôi có thể theo dõi bước chân biết bao bạn bè đi học phải đi ngang qua đó. Có nhiều người tôi không bao giờ gặp lại, trong đó có chị Hảo. Tôi không bao giờ quên được nét mặt phúc hậu của chị. Chị lớn lên trong một gia đình có đức tin tôn giáo mạnh. Anh ruột chị, anh Trần Bá Lộc có thời gian làm quận trưởng Diên Khánh và từng là một giáo viên giỏi ở Nha Trang. Một người anh khác, Trần Bá Khương, là con rể của thầy Cung Giũ Nguyên. Sau 1975, chị Hảo dắt đứa con gái duy nhất vượt biển nhưng cả hai không bao giờ tới nơi, không bao giờ trở về. Số phận đó cũng đến với một số người thân của anh Lộc. Về Đồng Sĩ Thạnh, đến lúc đó tôi mới biết là Thạnh đã tử trận từ trước 1975. Một năm sau lần hội ngộ ở Puerto Vallarta, tôi có về thăm Việt Nam. Tình cờ, khi đến một nghĩa trang tư ở ngoại ô Nha Trang viếng mộ ông bà nhạc, tôi chợt thấy ngôi mộ của Thạnh, không biết mộ xây từ lâu hay mới dời về đó. Trên mộ, có hình của Thạnh, còn rất rõ, trong áo nhà binh, tóc ngắn, khoảng tuổi 25 đến 30, đẹp trai, trong sáng. Tôi cắm trên mộ Thạnh một nén nhang.

Một buổi tối ở Puerto Vallarta, chúng tôi được mời đến dùng cơm tại nhà một gia đình người Ý, bạn của Chuyết. Gia đình này sang Mễ Tây Cơ lập nghiệp khá lâu. Họ có một phòng tranh gần chỗ chúng tôi ở. Tranh trưng bày ở đó không có gì đặc sắc, nhưng ngôi biệt thự của họ thật xinh xắn. Từ sân thượng nhìn ra xa, qua những mái nhà ngói đỏ san sát là biển Puerto Vallarta. Hôm đó họ có mời vài người bạn Ý và một người Đức mới đến làm ăn ở đây từ Canada. Sau bữa cơm tối kiểu Ý, tất cả lên sân thượng ngồi uống cà phê, nói chuyện và ca hát. Người bạn Đức phụ họa bằng accordéon. Tôi yêu cầu họ hát Torna a Surriento. Bài ca bất hủ này người Ý nào cũng biết. Những người Ý và Đức đều xa quê hương nên họ hát và đờn Torna a Surriento một cách say sưa. Hát rất to. Đang nửa chừng bỗng chúng tôi nghe một giọng nữ cao vút… *Về đây nghe tiếng hú hồn mê oan…* Giọng hát của chị Oanh, bà xã của Thuần, trong sáng, tha thiết. Nhóm bạn Ý vội ngưng để lắng nghe, để chị hát tiếp một mình. Những người bạn Ý chắc không biết rằng Torna a Surriento với lời Việt của Phạm Duy đã gắn liền với tuổi trẻ chúng tôi như thế nào, đặc biệt vào những tháng ngày chúng tôi sống xa quê. Lời của Phạm Duy trong Trở Về Mái Nhà Xưa không hẳn là bản phỏng dịch của Torna a Surriento. Trong bản tiếng Việt, về lại Sorrento không phải chỉ để mong gặp đôi mắt ngày cũ, mà để *nghe tiếng hú hồn mê oan*, để *đốt ánh đèn im bóng vào rêu xanh*, để *thấy kiếp xưa bước nhẹ về*, để *ngồi im bóng lắng nghe tháng ngày qua*... Và, dù lời hát có khác nhau, tiếng nhạc của Torna a Surriento lúc nào nghe cũng tha thiết, thắt ruột.

Tháng 8 năm đó, nhân một chuyến du lịch vùng Địa Trung Hải, vợ chồng tôi cùng với hai người bạn quyết định đi thăm Sorrento. Từ Naples về Sorrento, xe bus chạy dọc theo bờ biển khoảng bốn tiếng đồng hồ. Tuyệt đẹp. Khi gần đến, một thiếu phụ Mỹ ngồi cạnh hát khe khẽ bản Come Back to Sorrento, *… when I pass a garden fair and the scent is in the air in my mind a dream awakes and my heart begins to break…* Come Back to Sorrento không còn là của riêng của Ernesto De Curtis, cũng không còn là của riêng người Ý. Nó trở thành một bài hát của bao nhiêu người đã từng có một tình yêu sâu đậm cho một người, một mái nhà, một vùng đất đã rời bỏ đi mà nếu có trở về cũng chỉ còn cảm nhận được những hồn ma ngày cũ. Sorrento cũng là một thành phố biển, không có những bãi cát thoai thoải như Nha Trang mà từ biển nhìn lên chỉ thấy những vách đá thẳng đứng. Trong tác phẩm của thi hào Homer, Sorrento là nơi trú ngụ của những mỹ nhân ngư, chuyên dùng tiếng hát mê hoặc mấy tay thủy thủ lỡ dại đi ngang vùng biển này, để rồi từ từ ru họ vào cõi chết. Ngày nay, Sorrento là một thành phố du lịch khá nổi tiếng của Ý. Tuy nhiên, rất nhiều du khách đến đây không phải vì thành phố biển đó đẹp, mặc dầu nó đẹp thật, mà chỉ vì bản Torna a Surriento mà trong tuổi trẻ của họ, họ đã từng nghe, đã từng hát và đã giao cảm với tâm trạng của tác giả.

Mỗi người trong chúng ta đều có một Sorrento cho riêng mình. Với nhiều người trong chúng tôi, Nha Trang có thể cũng là một Sorrento, nhưng Nha Trang trong nghĩa này chắc không phải chỉ là biển, chỉ là thành phố. Biển thì ở đâu lại không có, và có rất nhiều bãi biển đẹp hơn. Thành phố cũng thế. Nhưng cái gì khiến mỗi lần nghe Back to Sorrento tôi thắt ruột và nhớ đến Nha Trang? Hay, có nhiều đêm, chỉ nghe tiếng sóng biển cũng nhớ đến Nha Trang, ngửi hơi gió biển cũng khiến nhớ đến Nha Trang? Có lẽ vì Nha Trang liên hệ chặt chẽ đến một thế giới của tuổi trẻ, trong đó có biển, có phố, có những hàng cây, những con đường… Và, trên hết, ở đó, không phải chỉ có hạnh phúc mà còn có đau buồn, mất mát. Không phải chỉ có niềm vui mà còn có luyến tiếc, ray rứt, nợ nần. Không phải chỉ có thành công mà còn có thất bại. Không phải chỉ có điều tốt mà còn biết bao lỗi lầm… Nhưng đặc biệt, đó là một thế giới mang đầy dấu vết sâu đậm từ những liên hệ con người. Rất đặc thù. Một thế giới riêng cho mỗi người trong chúng ta.

Thời gian ở Puerto Vallarta, chúng tôi thường nhắc đến những hình ảnh từ thời còn đi học ở Nha Trang mà mỗi đứa đều nhớ rõ. Những hình ảnh đó không hoàn toàn giống nhau với mỗi đứa. Chẳng hạn, với tôi, hình ảnh còn in sâu đậm là cảnh sau đêm bão Nhâm Thìn, đèn điện đều tắt, nước biển tràn lên đến tận nhà Bưu Điện. Lúc đó, tôi khoảng hơn 10 tuổi, kéo vài bạn bè chạy xuống xem sóng lớn trong đêm, vừa vui vừa sợ vừa lạnh. Trước đó vài tháng, cũng ở khoảng biển đó, khi nghe tin một thiếu nữ tự tử, tôi chạy xuống xem vừa kịp nhìn thấy cảnh một số thanh niên đang đưa xác cô gái lên bờ. Hôm đó biển động. Đó là lần đầu tiên tôi chứng kiến một xác chết trên biển. Tôi bắt đầu thấy rằng biển cũng khá tàn bạo, không phải lúc nào cũng êm đềm như lúc biển lặng để mình nhào xuống tung tăng bơi lội hay kéo nhau rượt đuổi trên cát.

Một hình ảnh chúng tôi nhớ khá nhiều là hình ảnh những người đàn bà điên trong thành phố. Khi nhắc đến họ tôi có một ray rứt. Trong đời sống, những ray rứt hay những luyến tiếc nhiều biết chừng nào. Nhưng có những cái thoạt nghĩ không có gì quan trọng mà lại luôn luôn còn đó, để trở thành một phần bất khả ly của một thế giới trong hồi tưởng. Một người đàn bà điên tôi nhớ đến nhiều nhất là Bà Hai, ở trước ngôi nhà cũ của tôi trên đường Hàn Thuyên. Bạn bè hầu hết đều nhớ đến hình ảnh một người đàn bà thường ngồi vắt vẻo trên bức tường trước nhà, la hét, chỉ chỏ, cười nói, chửi rủa. Năm tôi khoảng mười tuổi, bà chưa điên. Một buổi chiều gần tối, khi đang chia phe đánh lộn với lũ bạn trong xóm thì có một đứa bé khoảng năm tuổi đến nói với tôi là bà Hai gọi tôi. Tôi theo nó vào nhà, một căn nhà tăm tối nhỏ như một cái am, ở sau những căn nhà cất cho nhân viên quan thuế. Bà Hai muốn tôi viết giùm một bức thư cho mạ và những bà con của bà ở Huế. Bà đọc cho tôi viết và hứa sau khi viết xong sẽ cho tôi hai đồng. Đang viết nửa chừng, tôi nhớ đến "trận đánh" ngoài kia nên nói với bà tôi phải chạy ra chơi sau đó sẽ trở lại viết tiếp. Tôi đã không trở lại viết tiếp. Rồi quên bẵng đi cho đến khi tôi đã trở thành người "lớn", đã lập gia đình, có con, và bà Hai đã trở thành bà Hai "điên". Các con tôi mỗi khi gặp bà đều trốn chạy. Những lúc bà tỉnh táo tôi có hỏi thăm gia đình bà nhưng không dám nhắc lại chuyện bức thư viết dở. Cách đây tám năm, tôi có về lại Nha Trang, có đến những căn nhà đó. Mọi thứ hoàn toàn thay đổi. Bà Hai điên không còn nữa. Lúc đó, tôi thật sự có một mơ ước, là ngày xưa, tôi đã viết xong bức thư cho bà, để bà gửi cho mạ. Bức thư tôi viết dở dang chẳng dùng được gì cả, chẳng có nghĩa gì cả. Một ước mơ nhỏ nhưng sẽ không bao giờ thực hiện được. Mà trong đời tôi, có rất nhiều ước mơ rất nhỏ, có từ thời còn đi học ở Nha Trang, ấp ủ rất lâu nhưng đến khi có cơ hội thực hiện thì lại coi thường rồi để vuột mất. Không nói chi đến những ước mơ lớn.

Tôi bắt đầu tập chơi guitare cổ điển khi lên trung học, nhưng chỉ học lóm với bạn bè và thường thì tự học. Dĩ nhiên không thể nào đàn hay được bằng một cách học như vậy. Dầu sao, tôi cũng mê đàn một thời gian khá lâu, và đặc biệt nhờ đó tôi làm quen và ham thích nhạc cổ điển tây phương. Lúc đó Nha Trang không có trường hay lớp dạy nhạc cổ điển. Qua một số đĩa nhạc do một người du học ở Mỹ mang về, tôi nghe được tiếng đàn guitare của Andres Segovia và một số bài giao hưởng trình tấu bởi dàn nhạc nổi tiếng của thành phố Philadelphia dưới sự điều khiển của nhạc trưởng thời danh Eugene Ormandy. Đĩa cũ, máy cũ, tiếng nhạc rè rè khiến tôi mơ một ngày nào đó được tận mắt nhìn và nghe Segovia hay dàn nhạc Philadelphia với Ormandy trình tấu. Những giấc mơ đó tuy tầm thường nhưng lại rất xa vời với một học trò tỉnh lẻ ở Việt Nam vào lúc đó. Quá xa vời để không dám ấp ủ, và rồi lần lần quên đi. Guitare thì thỉnh thoảng vẫn cầm lên chơi cho đỡ buồn và càng lúc càng biết mình chơi sai.

Đầu tháng tư 1975, Nha Trang đổi chủ. Bao nhiêu ước mơ lớn ấp ủ đến lúc đó bay biến hết, nói chi đến chuyện đàn địch. Một buổi sáng, tôi còn nhớ rõ, Nguyễn Văn Tài đến chơi. Thấy cây đàn tôi treo trên tường, Tài lấy xuống và bắt đầu đánh một số đoản khúc của Francisco Tárrega. Tôi rất ngạc nhiên. Tôi chơi với Tài từ lâu lắm, nhưng không hề biết là Tài chơi guitare classique và chơi rất hay, rất đúng sách vở. Khi Tài sắp về, tôi bảo Tài lấy cây đàn của tôi về đi, cây đàn tương đối tốt cho guitare classique. Tài lắc đầu. Sau đó không lâu, tôi từ biệt Nha Trang. Sang Mỹ, tôi có mua một cây đàn rẻ tiền và thỉnh thoảng cầm lên chơi dù vẫn chơi dở như ngày nào. Thành phố tôi ở là Philadelphia. Dàn nhạc giao hưởng của thành phố này vẫn đang nổi tiếng và nhạc trưởng Ormandy vẫn còn đó. Rất nhiều lần tôi đi qua lại trên đường Broad nơi trình diễn của dàn giao hưởng và định mua vé vào xem. Nhưng tiền học bổng ít, những thứ cần chi lại nhiều, tôi không dám mua vé, và luôn tự hứa là để khi nào có tiền sẽ trở lại xem. Sau này khi về vùng DC làm việc, đã có điều kiện tương đối về tài chánh, định trở lại Philadelphia thực hiện giấc mơ nhỏ ngày nào. Lúc đó mới biết Ormandy đã nghỉ hưu và dàn nhạc Philadelphia không còn phong độ như trước nữa. Eugene Ormandy là một thiên tài âm nhạc. Ông sinh ở Hung Gia Lợi, mới 7 tuổi đã trình tấu vĩ cầm, và tốt nghiệp thạc sĩ về âm nhạc năm 14 tuổi. Ông di cư sang Hoa Kỳ năm 1921, điều khiển dàn giao hưởng Philadelphia từ 1936 đến 1980 và mất ở đó năm 1985. Cũng trong khoảng đầu thập niên 1980 đó, tôi được tin Andres Segovia đến vùng Washington DC để trình diễn guitare cổ điển tại trung tâm Kennedy, không xa nơi tôi ở. Không nhớ vì lý do gì tôi không đến xem, để rồi sau đó mới biết đây là lần trình diễn cuối cùng của Segovia ở vùng này. Segovia, người Tây Ban Nha, là một bậc thầy vĩ đại của guitare cổ điển, người đã đưa cây đàn guitare lên hàng nhạc cụ hòa tấu. Ông mất ở Madrid năm 1987, lúc 94 tuổi.

Trở lại câu chuyện với Nguyễn Văn Tài. Tài là bạn thân của tôi từ thời trung học. Khi về thăm Việt Nam, chúng tôi thường đi chơi với nhau, nhắc lại những chuyện tình xưa cũ như kể chuyện trong mơ. Tài vẫn còn độc thân, đã về hưu, và được giữ lại dạy toán cho một ít học trò theo chương trình Pháp. Tôi tỏ ý tiếc là Tài không tiếp tục chơi đàn nữa. Tài không nói gì. Trong một buổi họp mặt với một vài thầy giáo và nhiều đồng nghiệp, bạn bè cũ, tôi có mời thầy Ngân lên hát lại cho chúng tôi nghe bản One Day của Johann Strauss. Thầy Ngân với thầy Đào là hai thầy dạy Anh văn của chúng tôi thời trung học, cả hai đều rất tài hoa, và đều có mặt trong buổi tối hôm đó. Lần đầu tiên trong đời tôi nghe được bản One Day là do thầy Ngân hát trong lớp khoảng năm tôi 14 hay 15 tuổi. Tôi không bao giờ quên được hình ảnh của thầy khi hát bản này. Khi tôi yêu cầu thầy lên hát, thầy cười nhưng từ chối, có lẽ thầy nghĩ là mình đã già rồi. Nhưng một đồng nghiệp cũ của tôi, cô Lộc, dạy Pháp văn, và trước 1975 có thời gian là bí thư của Viện trưởng Đại học, lên hát bản đó. Cô Lộc hát rất hay, rất có hồn, nhưng lại không thuộc hết bản, vì chắc cũng đã lâu lắm rồi không hát. Bất ngờ, Tài bước lên lấy micro từ tay cô Lộc, hát tiếp. Tài hát một cách say mê. *One day when we were young, one wonderful morning in May, you told me you loved me...*

Trong những lúc ngâm mình ở biển Puerto Vallarta, chúng tôi nhắc nhiều đến những bạn từ nhỏ đã đi vào con đường văn chương. Không kể lớp đàn anh như Nguyễn Xuân Hoàng, Nguyễn Hữu Trí, hay lớp sau như Nguyễn Thị Hoàng Bắc, Tôn Nữ Nha Trang, đồng lớp với chúng tôi cũng có khá nhiều, như Nguyễn Mộng Giác, Nguyễn Thị Hoàng, Nguyễn Đức Sơn, Nguyễn Văn Liễu (tức Trịnh Cung, họa sĩ và cũng là nhà thơ), Trần Văn Nam, Bùi Cao Hoành (Cao Hoành Nhân), Lê Hữu Phước (Hải Phương), v.v...

Tôi và Nguyễn Đức Sơn có những liên hệ đặc biệt. Chúng tôi học chung với nhau từ tiểu học. Ba Sơn, thầy Nguyễn Đức Nhơn, là thầy dạy Pháp văn của tôi ở trung học. Má Sơn là bạn của má tôi. Thầy Nhơn đi kháng chiến từ 1945 hay 1946. Cô ở lại Nha Trang, tần tảo nuôi con. Thời gian chúng tôi sinh hoạt Hướng Đạo, hầu hết những cái lều bị rách đều được cô vá lại. Năm 1954, sau hiệp định Genève, thầy Nhơn không đi tập kết, trở về lại Nha Trang. Không hiểu vì sao sau đó hai người ly dị nhau, các con chia đôi. Chúng tôi đều để ý là từ lúc đó Sơn là một đứa học trò đầy phẫn nộ. Mọi người đều thấy rõ là Sơn luôn tỏ ý bất mãn với thầy. Tuy nhiên, mãi sau này, khi Sơn đã là một nhà thơ nổi tiếng, Sơn có viết một bức thư cho cha, rất cảm động, đăng trong một cuốn thơ xuất bản trước 1975. Trong chuyến về thăm Việt Nam cách đây tám năm, tôi có gặp Sơn nhiều lần, và có lúc tôi định hỏi vài vấn đề riêng tư liên quan đến gia đình, đặc biệt, liên quan đến thầy cô Nhơn, nhưng rồi không có dịp thuận tiện nên thôi. Sơn có một cá tính đặc biệt, một cá tính mạnh, điều đó bạn bè và những người đọc sách của Sơn đều biết. Sơn có một thế giới riêng, có vẻ như cố làm cho quái dị. Thật sự, dưới lớp ngoài trông rất phức tạp, Sơn là một người chơn chất. Sơn là một tài năng của văn học Việt Nam. Nhưng vượt lên cả tài năng, Sơn là một mẫu nhà văn và trí thức rất hiếm hoi, dám sống và nói thật về điều mình tin, nhất là trong hoàn cảnh xã hội Việt Nam của vài chục năm qua. Có thể những điều Sơn tin và sống hết lòng với nó không hẳn được mọi người chia sẻ, nhưng cách sống đó đáng được kính phục. Thơ của Sơn phản ảnh hoàn toàn con người Sơn. Mỗi lần chạy lòng vòng với cuộc sống ở Mỹ và cả lòng vòng với trí óc của chính mình, tôi thường nghĩ đến một bài thơ của Sơn, và thường đọc cho bạn bè nghe:

Khi thấm mệt tôi đi luồn ra núi
Cuối chiều tà chỉ gặp cỏ hoang sơ
Bước lủi thủi tôi đi luồn vô núi
Nghe nắng tàn run rẩy bóng cây khô
Chân rục rã tôi đi luồn ra núi
Hồn rụng rời trước mặt bãi hư vô.

Đầu năm ngoái, khi xem một phim vidéo quay lại buổi họp mặt bạn bè Võ Tánh 1952-1958, tôi rất vui khi thấy Sơn trong đó. Khá bất ngờ, vì tôi biết Sơn rất kỵ những họp mặt như vậy. Tôi chờ đợi Sơn lên nói điều gì nhưng không thấy. Sau đó, tôi biết sở dĩ không ai dám mời Sơn lên nói vì sợ những điều Sơn nói… gây rắc rối. Tôi thông cảm với bạn bè nhưng tôi không vui. Chúng ta thường chỉ thích nghe hay nói những lời "phải đạo" và do đó những gì được nói ra trong những họp mặt của trường này trường nọ, ở nơi này nơi nọ, thường rất giống nhau. Mà nếu cuộc đời chỉ được tạo nên bằng những gì "chung chung", những gì "phải đạo" thì làm sao có được một "Sorrento" riêng cho mỗi người, để phải thắt ruột mỗi khi muốn về lại.

Nói đến Sơn tôi không thể không nhớ đến những bài học với thầy Nhơn. Bài học khó quên nhất là bài giảng về truyện ngắn La Chèvre de Monsieur Seguin (Con dê cái của ông Seguin) của Alphonse Daudet. Con dê con của ông Seguin rất dễ thương, ngoan ngoãn, được nuôi tử tế trong vườn sau của ông. Nhưng rồi, một ngày kia, cũng như những con dê trước đó, nó phá rào, chạy lên núi, nơi đó những con sói hung tợn đang chờ. Dê con đã dùng chiếc sừng nhỏ bé tử chiến với sói suốt đêm. Đến hừng đông, nó gục ngã. Thầy Nhơn giảng bài đó rất hay. Khi giảng, thầy như sống với tâm trạng của dê con. Tôi nhớ mãi bài học đó, thích thú với câu chuyện của Alphonse Daudet nhưng càng lớn tôi càng không đồng ý với cái kết thúc của truyện. Tôi biết, từ đời sống thật, có rất nhiều, rất nhiều dê con đã vượt khỏi nanh vuốt của sói để tự do tung tăng trên đỉnh non cao.

Một bài khác cũng rất khó quên, được học từ khoảng thời gian này, là bài J'accuse (Tôi tố cáo) của Émile Zola. Nhà văn Émile Zola viết J'accuse để tố cáo chính phủ Pháp, quân đội Pháp, giáo hội Công giáo Pháp và cả nhân dân Pháp vì tất cả đã sai lầm trầm trọng khi kết tội đại úy Alfred Dreyfus làm gián điệp cho Đức. Cả nước Pháp nổi giận, kết tội Émile Zola. Rất ít người đồng ý với ông. Émile Zola phải trốn sang Anh và chết năm 1902. Bốn năm sau, nước Pháp chính thức công nhận

Émile Zola đúng, đại úy Dreyfus vô tội. Cho mãi đến hôm nay, hơn một trăm năm sau, hầu như các trường học nào trên thế giới cũng đều có giảng dạy về vụ án Dreyfus và bài J'accuse của Émile Zola. Với tôi, hai bài học này lúc nào cũng được tiếp tục học và không phải lúc nào cũng thuộc.

Bài J'accuse tôi không học từ thầy Nhơn mà học từ thầy Nguyễn Suyên, một thầy dạy Văn rất giỏi về Đường thi. Thầy dạy bài này vào một thời gian ngắn thầy tạm phụ trách môn Lịch sử Thế giới thay người khác. Trong một chuyến về Houston cách đây hai năm, tôi đi ăn tối với vợ chồng Nguyễn Tấn Hường, một bạn thân, cùng với một số bạn khác. Trong buổi tối đó chúng tôi có nhắc đến thầy Suyên. Hường là học trò giỏi của thầy, có kể lại một kỷ niệm. Khi chúng tôi còn học ở Sài Gòn, thầy Suyên mất. Hè năm đó, khi về lại Nha Trang, tôi và các bạn Hường, Phê, Thái có đến thăm mộ thầy, ở bên kia cầu Hà Ra. Đứng trước mộ, Hường bắt chước giọng ngâm của thầy, ngâm bốn câu đầu trong Binh Xa Hành của Đỗ Phủ. *Xa lâng lâng mã tiêu tiêu, hành nhân cung tiễn các tại yêu, gia nương thê tử tẩu tương tống, trần ai bất kiến Hàm Dương kiều*. Nghe Hường kể lại kỷ niệm này, tôi giật mình. Tôi nhớ, thầy Suyên thường ngâm bốn câu này trong lớp, bằng cách ngâm theo giọng Bình Định rất đặc biệt của thầy. Về văn, tôi là một học trò loại trung bình và khá lười biếng nên ít khi thuộc thơ. Tuy nhiên, bốn câu đó tôi thuộc và thỉnh thoảng đọc lên mà thật sự không nhớ mình học được từ đâu. Bây giờ thì tôi nhớ. Ngày nay, cái nghĩa trang nơi chôn thầy Suyên đã bị san bằng, nhà cửa xây san sát trên đó. Trong chúng tôi, không ai biết nắm xương tàn của thầy hiện nằm đâu. Cũng như, chắc không mấy ai biết ngôi mộ của thầy Nhơn nằm đâu. Nhưng tôi tin rằng những bài học của các thầy vẫn còn nằm đâu đó trong tiềm thức rất nhiều học trò cũ.

*

Trong chuyến về Việt Nam đầu tiên, năm 2001, tôi thường đến thăm thầy Cung Giũ Nguyên. Lúc đó, thầy còn rất khỏe và hai thầy trò đi ăn tối với nhau nhiều lần. Năm 2006, tôi có về lại. Lần này, thầy đã yếu lắm, không đi đâu. Buổi chiều trước khi rời Nha Trang, tôi đến từ giã và ngồi nói chuyện với thầy khá lâu. Thầy nói nhiều. Nói chuyện cũ, nói chuyện mới, nói cả suy nghĩ của thầy về những gì đang xảy ra nơi tôi sống, bên này bờ đại dương. Đôi lúc, theo phản ứng tự nhiên của một anh học trò ưa cãi, tôi định ngắt lời thầy nhưng kịp dừng lại. Tôi ngồi im lắng nghe từng lời nói của thầy và bắt đầu cảm nhận mình đang hưởng những giây phút có thể không bao giờ có lại. Tối hôm đó, tôi đi bộ xuống biển, nhìn từng đợt sóng vỗ nhẹ vào bờ, rồi nhớ lại, như mới ngày nào, những dấu chân thon trên cát, những đêm dìu nhau dưới mưa, những nụ hôn bất chợt, …

Về lại Mỹ, tôi bắt đầu viết bài này. Sau đó bỏ ngang vì thấy chứa quá nhiều cái riêng tư, lỉnh kỉnh. Không lâu sau, tôi được tin vài học trò cũ, rất gần gũi, mới gặp lại sau hai mươi lăm năm xa cách, đột ngột ra đi. Nguyễn Lương Thuật, tôi mới biết là có một thời cùng sinh hoạt Hướng Đạo với nhau, định khi gặp lại sẽ hỏi han thêm những kỷ niệm thời đó, cũng đột ngột ra đi. Vài bạn bè khác cũng thế. Rồi, một hôm, đến thăm bà xã anh Nguyễn Nho nằm trên giường bệnh. Mới ngày nào, anh chị đến nhà tôi chơi, bây giờ chị nằm đó, ngó thẳng vào tôi, không chớp mắt, không nhận ra ai. Qua anh Nho, tôi thấm thía với bài học về tình yêu, lòng tận tụy và tính tự tại. Rồi, hè năm ngoái, má tôi mất. Cuối năm, thầy Nguyên mất. Đầu năm nay, một bạn thân từ những năm đầu đại học, Trần Duy Nhiên, đột ngột qua đời. Tôi ngồi vào bàn computer, sửa lại chút đỉnh rồi tiếp tục bài viết này. Tôi tin rằng, nếu bây giờ tôi có nói lan man chuyện cũ chắc bạn bè không mấy ai trách.

Mỗi người trong chúng ta đều có một Sorrento, để về lại

trong hồi tưởng. Dù có lẫn lộn với bao cảm xúc trái nghịch nhau, khi về lại, ít nhiều chúng ta cũng tìm được ở đó một gốc để nghỉ ngơi. Tôi xin kết thúc bài viết bằng một câu chuyện phỏng dịch từ cuốn sách nhỏ, The Giving Tree, của Shel Silverstein. Ông viết và minh họa cho trẻ con lẫn người lớn. Những minh họa của Silverstein độc đáo, tôi đề nghị các bạn tìm xem cuốn sách, do HarperCollins Publishers xuất bản. Câu chuyện như thế này:

Ngày xưa có một cây táo... nó yêu một thằng bé
Mỗi ngày thằng bé đến chơi với cây
Kết lá làm vương miện, đội lên đầu như chúa tể rừng xanh.
Thằng bé trèo lên thân cây, đu cành cây, ăn trái
Rồi chơi trò cút bắt với cây.
Khi mệt nó nằm ngủ dưới bóng mát.
Nó yêu cây táo vô cùng
Cây thấy mình hạnh phúc.
Thời gian qua...
Thằng bé lớn lên và không còn đến chơi với cây như ngày nào.
Cây thấy cô đơn.
Một ngày kia, thằng bé trở lại, cây bảo:
"Này thằng bé, hãy đến đây, trèo lên thân ta, đu cành ta, ăn trái cây của ta, và vui đùa dưới bóng mát của ta."
Thằng bé trả lời:
"Ta lớn rồi, đâu còn leo trèo và chơi đùa như thế nữa.
Ta cần tiền để mua sắm và vui chơi như người lớn.
Ngươi có tiền cho ta không?"
Cây bảo:
"Ta không có tiền. Ta chỉ có lá và trái cây.
Này thằng bé, hãy hái táo của ta đem ra chợ bán.
Mi sẽ có tiền và mi sẽ sung sướng."
Thằng bé liền trèo lên cây, hái thật nhiều táo rồi mang đi.

Cây thấy mình hạnh phúc.
Nhưng rồi, lâu lắm không thấy thằng bé
Cây táo buồn.

Bỗng, một ngày kia thằng bé trở lại, cây rung cành lên hớn hở:

"Lại đây, thằng bé, hãy trèo lên thân ta, đu những cành ta, và hãy vui đùa thỏa thích."

Thằng bé bèn nói:
"Ta đâu có thì giờ để leo trèo
Ta lạnh lẽo và cần một mái ấm
Ta muốn có vợ, có con, nên cần một mái nhà.
Ngươi có nhà cho ta không?"
Cây trả lời:
"Ta không có nhà, cả khu rừng này xem như nhà của ta.
Nhưng, mi có thể chặt những cành cây của ta để cất nhà.
Mi sẽ sung sướng."

Và như thế, thằng bé chặt hết những cành cây, rồi mang đi cất nhà.

Cây táo thấy mình hạnh phúc.
Nhưng rồi... lâu lắm, thằng bé không trở lại.
Khi nó trở lại, cây vui mừng khôn xiết, nhưng chỉ thều thào:
"Này thằng bé, hãy lại đây nô đùa với ta."
Thằng bé bảo:
"Ta già rồi, và buồn nữa, làm sao vui đùa được.
Ta muốn có một chiếc thuyền để đi thật xa khỏi nơi này.
Ngươi có thuyền cho ta không?"
Cây trả lời:
"Hãy chặt thân ta để làm thuyền
Rồi giăng buồm đi xa... và sống hạnh phúc."
Thằng bé bèn chặt thân cây, làm thuyền rồi giăng buồm đi xa.
Cây táo thấy mình hạnh phúc...
Thật ra... không hẳn như thế.

Sau đó rất lâu, thằng bé trở lại.
Cây bảo:
"Thằng bé ơi, ta xin lỗi. Bây giờ, ta chẳng còn gì cho mi nữa. Ta chẳng còn trái táo nào cả."
Thằng bé trả lời:
"Răng ta yếu lắm rồi, đâu còn ăn táo được nữa."
Cây lại bảo:
"Ta cũng chẳng còn cành cây nào để mi đánh đu trên đó."
Thằng bé trả lời:
"Ta già lắm rồi, còn sức nào mà đánh đu trên cành nữa."
Cây lại bảo:
"Ta cũng chẳng còn thân cây nào để mi trèo lên chơi."
Thằng bé trả lời:
"Ta yếu lắm rồi, đâu còn leo trèo gì được nữa."
Cây thở dài:
"Ước chi ta còn chút gì cho mi.
Giờ đây, ta chỉ là một gốc cây già cỗi. Thế thôi..."
Thằng bé liền nói:
"Ta có thiết tha gì nữa đâu.
Ta chỉ cần một chỗ vắng vẻ ngồi xuống nghỉ ngơi.
Ta mệt mỏi lắm rồi."
Cây táo chợt như vùng dậy, bảo:
"Tốt lắm. Cái gốc cây già cỗi này rất tiện để ngồi nghỉ.
Lại đây, thằng bé.
Hãy ngồi xuống và nghỉ mệt đi."
Thằng bé bèn đi đến gốc cây, ngồi xuống.
Và...
Cây táo thấy mình hạnh phúc.

Maryland, tháng 3 năm 2009

www.ingramcontent.com/pod-product-compliance
Lightning Source LLC
Chambersburg PA
CBHW030426310726
48979CB00009B/1641/J

9781927781760